Cinco Historias

Five Stories

Arlan T. Ortega

Ukiyoto Publishing

All global publishing rights are held by

Ukiyoto Publishing

Published in 2022

Content Copyright © Arlan T. Ortega

ISBN 9789360163211

*All rights reserved.
No part of this publication may be reproduced, transmitted, or stored in a retrieval system, in any form by any means, electronic, mechanical, photocopying, recording or otherwise, without the prior permission of the publisher.*

The moral rights of the authors have been asserted.

*This is a work of fiction. Names, characters, businesses, places, events, locales, and incidents are either the products of the author's imagination or used in a fictitious manner. Any resemblance to actual persons, living or dead, or actual events is purely coincidental.
This book is sold subject to the condition that it shall not by way of trade or otherwise, be lent, resold, hired out or otherwise circulated, without the publisher's prior consent, in any form of binding or cover other than that in which it is published.*

Dedication

For my friends; Charlene, Mark, Jumilyn, Benjomar, Zander John, Noime, Laura and Him.
Also for Santa Fe National High School..

Contents

Broken Violet Heart	1
A Voice Of A Quiet World	51
Tres Caras	86
Black Junior	135
Pandemic Sa Pinas	178
About the Author	210

Broken Violet Heart

MINSAN napapaisip talaga ako at makapagsabing, "ang daya-daya ng tadhana."

Pansin ko kasi, mahirap na nga kami, sa aming pa dumadating ang sari't saring problema sa mundo. Siguro may balat sa puwet ang isa sa amin kaya kami minamalas sa buhay. Hmm...sino kaya? Pero FYI, hindi ako naniniwala sa malas o suwerte. Sa tiyaga at pagpupursige, puwede pa.

'Nene', ang tawag nila sa akin pero Jumilyn talaga ang pangalan ko. Sa San Jose, Romblon ako lumaki at nagkaisip. Masipag ang mga magulang ko, kaya pati sa panganganak, sinipagan din nila. Hindi yata uso sa kanila ang family planning. Sampu kaming magkakapatid at sa biyaya't habag ng Diyos, nakapag-aral naman lahat kahit salat sa buhay.

Sa ngayon, kapuwa malalakas pa naman sina nanay at tatay. Mangingisda ang hanapbuhay ni tatay at sa bukid naman si nanay upang may pangtustos sa aming pang-araw-araw na pangangailangan at pag-aaral.

Hindi naman sa nagbubuhat ng sarili kong bangko, maganda naman ako na puwede ipagmalaki ng aking angkan. Sakto lang ang utak sa klase at may mga talent ding itinatago. Gaya ng singing, dancing, acting at eating. Kaya masuwerte ang lalaking magkakagusto sa akin. At dagdag pa, may sense of horror, este, humor din ako.

Sa San Jose ako nagtapos ng elementarya at doon din nag-highschool. Ngunit hanggang first at second year highschool lang. Ang mga pangarap na sumibol sa lugar na iyon ay ipinagpatuloy ko sa Tablas Island. Isang isla iyon na may halos isang oras ang layo mula San Jose lulan ng bangkang de-motor. Sakop rin iyon ng Romblon. Iyon ang pinakamalaking isla ng probinsiya.

Sa Tablas, mas nakilala ko ang aking sarili. Ipinagpatuloy ko ang aking pag-aaral. Nagpa-enroll ako sa Sta. Fe National Highschool bilang third year student.

Merong kaming bahay sa Tablas. Medyo luma na pero puwede pa namang tirahan. Ang kinatitirikan nito ay may kalayuan sa bayan kung saan nandoon lang ang highschool.

Apat kami ang tahimik na nanirahan sa bahay. Una, ang bantay namin na si Ante Cristy. Sunod, si Ate Donna, si Peterlyn at ako.

At ang maliliit ko pang mga kapatid ay nasa San Jose, nasa puder nina tatay at nanay.

Si Ate Donna ay fourth year highschool na, si Peterlyn ay first year pa lang at ako naman ay third year na. Hindi pa K-12.

Kahit transferee ako, nagkaroon agad ako ng maraming kakilala't mga kaibigan. Masaya ako dahil sa loob lang ng isang linggo, hindi na ako 'stranger' sa school namin dahil sa mainit nilang pagtanggap sa akin.

Una kong nakilala si Mark. Unang tingin ko pa lang sa kanya, may naaamoy na akong kakaiba sa kilos niya. May dugong berde si Beshie. Magkapitbahay lang kami. Kasalo ko siya sa alikabok tuwing lalakad kami papunta sa school at pauwi sa bahay kung hapon. At dahil third year na rin siya, hindi na kami naghiwalay pa ng section. Doon kami naghasik ng lagim sa section B, Topaz, under Mrs. Fortu.

Next is si Charlene. Morena at maganda. Kaso, palaging buhaghag ang buhok. Parang ang mahal-mahal ng suklay sa tindahan. Kabaryo lang din namin siya ni Mark, kaso medyo malayo ang bahay nila sa amin. Minsan hinihintay namin siya, minsan nauuna na kami sa kanya. Pero tuwing uwian sa hapon, kompleto ang saya dahil magkakasama kami.

Isa pa sa naging instant friend ko, si Laura. Bestfriend siya ni Charlene, kaya naging friend na rin namin. Nakatira sila sa bayan. Siya ang pinakamatalino sa grupo. Kung ano kataas ng kanyang mga grado, gano'n din kababa ng kanyang height.

Kasama rin siyempre sa listahan si Noime. Kagaya ko, transferee rin siya mula sa Iloilo. Pero originally, taga-San Jose rin siya. Siya ang palaging may libreng meryienda kay ma'am, kasi tinutulungan niya sa letter cutting. Sana all may talent, para laging may banana cue.

Last but not the least, ang inspiring writer ng grupo, si Rex. Kabarangay namin siya nina Mark at Charlene. Triple ang layo ng bahay nila kumpara sa kay Charlene. Transferee rin siya. At huwag ka, social ang pinagmulan niyang school—Boracay National Highschool!

Dahil sa mga mukong na ito, nabuo ang kakaibang pagkakaibigan. Magkaiba man ang aming mga personalidad, pero nagkakasundo kami sa tawanan at biruan. Minsan, kasama pa sa usapan ang lovelife.

Sila ang kumulay ng aking highschool life. Tama nga ang sabi ng iba, ang highschool daw ang pinakamasayang bahagi ng buhay-estudyante. Agree ako roon. Check na check.

Sina Mark, Charlene, Laura, Noime, Rex at maraming pang iba ang nagpakinang ng aking teenage precious life.

Mabilis ang panahon. Dumaan ang Nutrition Day, Buwan ng Wika, Teacher's Day, All Saint's Day, Christmas Day, New Year's Day, Valentine's Day at ang Closing Day. Friends pa rin naman kami kahit masasabing may awayan minsan, tampuhan, isnaban at marami pang iba. Natural lang 'yon sa magkakaibigan, 'diba? Ang mahalaga, sa bandang huli, nagwawagi pa rin ang halaga ng pagkakaibigan.

Dumating ang bakasyon. Na-miss ko talaga ang barkada. Boring sa bahay kahit may mga kasama naman ako at binibisitahan din ni Mark. Tanging pangangamusta sa pamamagitan ng text message lang ang communication namin ng iba ko pang kaibigan. Oo nga pala, hindi pa masyadong uso sa amin ang social media. At wala pa akong facebook account! Virgen pa ako sa online world, kung baga.

Napatunayan ko sa aking sarili, bahagi ng buhay ang barkada. Sila ang pupuno kung ano ang kulang sa 'yo.

Hindi ko gets kung bakit ayaw ng mga matatanda na magbarkada ang mga anak nila o apo kung makabubuti naman ito? Siguro, protective lang sila. Gets ko naman.

Marami ang nagsasabi, ang kabataan na raw ngayon ay sakit na ng lipunan, na dapat daw ay pag-asa ng bayan.

Ngunit nais kung patunayan sa kanila na mali sila at hindi lahat ay gano'n. Ang kabataan ay pag-asa pa rin ng bayan. Hindi mali si Dr. Jose Rizal, ang mali ay ang paniniwala natin. Tayo ang gumagawa ng ating kapalaran. Tayo ang pumipili ng ating pinto—kung sa tama ba o sa mali tayo papasok.

Sana pag-asa pa rin ng bayan ang mga kabataan!

PARANG kailan lang dumating ang takipsilim. Parang saglit lang pumikit ang talukap ng aking mga mata at pabukang-liwayway na naman.

Napakabilis! Ganyan ang tawag ko sa panahon.

Mixed emotions ang nararamdaman ko ngayon. Enrolment na naman kasi. Fourth year na pala ako. Parang kailan lang.

Tatlo na lang kami sa bahay; si Ante Cristy, si Peterlyn at ako. Nag-graduate na kasi si Ate Donna. College na siya at malayo na sa amin ang school niya. Kaya nag-board na lang siya malapit doon.

Gaya ng dati, friends pa rin naman kaming lahat.

Sa buong barkada, si Charlene lang ang humiwalay ng section. Nasa section B kaming lahat, samantalang section A naman siya. As usual, nagkaroon siya ng iba pang mga kaibigan maliban sa amin. Hindi na gaya sa dati ang aming pagsasama.

Tuwing tanghali, doon kami kumakain sa isa ko pang ante at angkol na may bahay sa bayan. Meron silang pinapauhang mga kuwarto. Malapit lang naman iyon sa school.

Minsan sa gitna ng aming tanghalian, nag-offer si ante na roon daw muna kami nina Peterlyn sa kanila tumuloy kapag school days. Puwede raw naman kaming bumisita sa aming bahay kapag weekends.

Nagkatinginan kami ng kapatid ko, sabay nagkangitian.

"Opo, ante. Salamat po. Sa totoo lang, nakapapagod din maglakad araw-araw," nakangiti kong sagot. Masaya ako kasi malapit na lang ang school sa amin. Hindi ko na kailangang gumising pa ng maaga at maglakad pababa ng bayan.

Sa aming pananatili roon, nakilala ko si Carl Michael. Isa siya sa mga boarder doon. Para sa akin, guwapo naman siya. Makulit nga lang at panay nangangagat ng tainga. Paraan niya raw iyon ng paglalambing. Pilyo talaga!

Kahit bago pa lang kaming magkakilala ni Carl Michael, for short CM, mabilis kaming naging magka-close.

Sa tuwing nag-uusap kami, may isang bagay akong ipinagtataka. Palagi kasi siyang nagtatanong sa akin ng, "Puwede na ba?."

Nalilito ako dahil hindi naman siya sumasagot sa tuwing tanungin ko tungkol sa bagay na iyon. He's wierd. Para siyang sira! Hindi naman ako manghuhula, 'no?

Puwede na bang maging tayo? O, puwede na bang ako na lang? Sana iyon ang ibig sabihin no'n. Assuming naman ako.

Lumipas pa ang ilang araw. Isang boarder ang lumapit sa akin. "May sasabihin sana ako sa 'yo. Pero mangako kang huwag mong sasabihin kahit kanino na ako ang nagsabi nito sa 'yo nito, ha?"

Umayos ako ng tingin sa kanya. Mukhang seryoso kasi siya. "Ano ba 'yon?"

"Tungkol kay CM. Narinig ko noong isang araw na crush ka raw niya," paanas nitong sambit.

Parang gusto kong tumalon sa kilig nang marinig iyon, pero kinontrol ko muna. Biglang nag-revolution ang aking puso sa aking nalaman. Tama nga ang hinala ko, may gusto nga sa akin si CM.

"Totoo ba 'yan?" mahinahon ko pa ring tanong ngunit ang totoo, parang sasabog na sa tuwa ang puso ko.

"Oo, totoo 'yon."

"Sige. Salamat, gang," sabi ko at mabilis na pumasok sa kuwarto. Doon ko nilabas ang aking tuwa. Nagtatatalon ako sa saya at himpit na nagtitili. Mahirap na, baka marinig pa ng iba kung lakasan ko pa. "Torpeng Carl Michael!"

Batchmate ko si CM. Section C at transferee mula sa Manila. Ayon sa balita, nag-stop daw siya ng ilang taon at umuwi sa Romblon upang ipagpatuloy ang pag-aaral.

Mula nang malaman ko ang nararamdaman ni CM para sa akin, palagay ko ang haba-haba ng aking hair. Imagine, isang guwapong tulad niya, nagkagusto sa gaya ko? Bakit hindi? Maganda raw ako sabi ni Ante Cristy.

Sa tuwing nagkikita kami, hindi lang siya guwapo sa paningin ko, super guwapo. Gano'n pala kapag umiibig na, hangang-hanga ka sa kanya at palagi mong hinahanap siya. Gano'n ba talaga 'yon? First time ko kasi.

Tuwing Sabado at Linggo, parang gusto kong hilahin ang mga araw para bumilis at mag-Lunes agad. Kung ako nga ang masusunod, buburahin ko na lang ito sa kalendaryo.

Every weekend kasi, umuuwi si CM sa bahay nila. Gano'n din kami ng kapatid ko. At dahil doon, dalawang araw kaming hindi nagkikita. Dalawang araw lang, pero parang ang tagal-tagal na.

Minsan, tinatanong ko ang aking sarili. Ano ko ba si Carl Michael? Ano ba kami? Bakit namimiss ko siya?

Mahina kong tinampal-tampal ang aking pisngi. "Wake up, Jumilyn. Walang kayo. Huwag kang assuming!"

―――

HINDI pa nagpapakita ng motibo si CM na may gusto nga siya sa akin. Nagkukunwari naman akong walang alam. Ngunit ang totoo, hinihintay ko lang siya. At kung dumating man ang pagkakataong iyon, hindi na ako magdadalawang-isip na sagutin siya. May gusto rin kasi ako sa kanya.

Sana lang ay hindi siya torpe.

Sa tuwing naiisip ko ang bagay na iyon, pakiramdam ko, ang lahat ng kasiyahan sa mundo ay nandito na sa aking puso.

Lumipas pa ang maraming araw, walang Carl Michael na naglakas-loob para lumapit sa akin at umamin ng nararamdaman.

Ang duwag niya! Ang tanga ko namang umasa sa isang pag-ibig na hindi ko naman alam kung wagas ba o baka kunwari lang! O baka assuming lang talaga ako.

Ang saya na aking nararamdaman ay unti-unting napunaw gaya sa yelo.

Hanggang dumating ang isang gabi. Gabing nagpabago ng tuluyan sa aking nararamdaman para kay CM. Nakita ko kasi siyang naninigarilyo at umiinom. Ayaw na ayaw ko sa isang lalaki ang may bisyo.

Pinalampas ko ang hindi niya pag-amin. Inintindi ko iyon. Pero itong paninigarilyo niya at pag-iinom, naisip kong mas mabuting na ngang hindi siya nagtapat sa akin.

Naglaho ang lahat. Wala na ang kilig. Na-turn-off na ako.

Pero bakit ako nasasaktan? Wala namang kami! Pero pakiramdam ko, tila may nakabaong balisong sa aking dibdib na mahirap bunutin at patuloy na bumabaon.

Hindi ko talaga alam kung bakit ako umiyak. Sino ba si Carl Michael? Ano ba siya sa buhay ko? Deserve niya bang iniiyakan?

Siguro kung marunong lang magsalita ang unan, nagreklamo na ito. "Hoy! Tama na! Nalulunod na ako!"

Bakit hindi ko matanggap na may gano'ng bisyo ang crush ko? Wala naman kaming label, pero wagas ako kung umiyak. Nakatatawa lang.

Hay! Nakatulog akong puno ng poot sa dibdib at luha ang mga mata.

Gano'n pala ang pag-ibig, kapag hindi nasusuklian, iniiyakan na lang minsan. Patago nga lang.

ILANG araw na rin ang lumipas, naka-move on na ako kahit hindi naging kami. Sa isip at puso ko, oo naging kami, pero sa totoong buhay, wala. As in, nothing! Hindi niya nga alam na siya ang dahilan ng pagpatak ng luha ko.

Naka-move on? Natatawa ako sa sarili. Move on nga ba talaga ang tamang salita? O mas madaling sabihing, itigil ko na ang kahibangan ko.

Pinagalitan ko ang aking sarili. "Hoy, Jumilyn! Tumigil ka na nga. Bakit nasasaktan ka kahit hindi naman kayo at hindi naging kayo? Tanga lang, girl!"

Mukha akong baliw na inaaway ko ang sarili.

Dumaan pa ang maraming araw. Lumilipas ito na parang walang meaning para sa akin. Nanahimik na lang ako kahit nasasaktan.

Isang araw, isang balita ang nagpakunot ng aking noo. Nalaman ko kasing galit daw sa akin si Black, isa sa kilalang beki ng campus.

Galit? Bakit? Anong atraso ang nagawa ko sa kanya?

Nang bandang huli, nalaman ko ang dahilan kung bakit sukdulan ang galit sa akin ni Black.

Nagalit daw ito sa akin kasi inagaw ko raw sa kanyang ang super crush niyang si Benjomar, a.k.a Nonoy.

What?! Ako?! Mang-aagaw?! How come?!

"Pakialam ko. Kanyahin niya ang Nonoy niya!" sabi ko minsan sa kaibigan ko.

Natatawa talaga ako sa aking mga nababalitaan. Ang lakas naman ng loob ni Black na paratangan ako na mang-aagaw.

"Wala kaming relasyon ni Nonoy!" Gusto kong isigaw iyon sa mukha ni Black.

Hindi nga kami magkaibigan ng lalaking iyon, magkarelasiyon pa? Hay... Paano kaya nasabi ni Black na mang-aagaw ako?

Oo, kilala ko si Benjomar. Pero hindi kami close.

Batchmate ko siya. Kaklase siya ni Carl Michael at magpinsan sila. Kaklase rin nila si Black na masasabing die hard ang pagkahanga sa matangos na ilong ni Benjomar. Guwapo rin kasi ito at habulin ng mga dalaga at ng mga pa-girl. Kaya, walang dudang patay na patay sa kanya si Black.

Pero ako? Hindi ko kinikinitang magkagusto sa kanya. Hello? Ewan lang, baka soon.

Pero mula ng malaman ko ang balitang iyon, naging interesado na ako kay Benjomar. Ano kaya ang meron sa kanya?

Sa aking pananaliksik, may nalaman ako tungkol kay Benjomar. At dahil sa impormasyong iyon, naaawa ako sa kanya.

Ayon sa nasagap ko, walang tumatagal na relasyon si Benjomar sa mga naging girlfriend niya. Sinusugod daw kasi ni Black ang mga ito at inaaway. Kaya nakikipaghiwalay na lang sa binata. So sad.

Para kasi kay Black, kanya lamang ang binata. Dapat solo niya lang ito kahit hindi pa siya gusto.

Hay naku, tumataas ang dugo ko! Ambisyong palaka! Possessive na bakla!

Kawawang Nonoy, hawak sa leeg!

"'NE, I love you," walang kagatul-gatol na sabi sa akin ni Benjomar.

Tama ba ang naririnig ko? May gusto sa akin si Benjomar?

Wow! Sign na ba ito para mag-move on na nang tuluyan kay CM at tanggapin ang pagmamahal ni Nonoy?

Mukhang napapasabak ako sa giyera nito, ah? May rason naman pala kung bakit abot-langit ang galit sa akin ni Black. May gusto pala sa akin ang crush niya.

Inaamin ko, masaya ako sa pag-aamin ni Benjomar sa akin. Hindi siya tulad ng pinsan niyang torpe. Pero hindi ako sigurado kung totoo ba ang sinabi nito o baka naman pina-prank lang ako.

Pero sa kabilang banda, ano kaya ang magiging reaksiyon ni Black kapag nalaman nitong nagtapat na ng nararamdaman sa akin ang Nonoy niya?

Kinakabahan ako!

Ang sakit na dinulot ni Carl Michael ay ginamot ni Benjomar.

Mula nang minahal ko nang patago si CM at nasaktan dahil sa kanyang bisyo, nangako ako sa sarili na hindi muna ako iibig muli hangga't hindi pa ako handang masaktan ulit. Ngunit, ano itong ginawa ko? Bakit masaya ako kapag nakikitang nakatitig sa akin si Nonoy? Pakiramdam ko kasi, binuo niya ang baby broken heart ko.

Sinira ko ang aking pangako sa sarili.

At may binubulong ang isang bahagi ng aking isipan, "Huwag kang umasa ng lubusan, baka masaktan ka ulit."

Pero sayang naman. Baka iba ito. Baka ito na 'yon.

Maaring tama si Black, mang-aagaw nga siguro ako. Ops! Correction lang, hindi ko inagaw o inakit si Nonoy. Siya ang kusang lumapit sa akin.

Sa tuwing magkakalasalubong kami ni Black sa hallway ng school, ini-snob niya ako. Hindi naman kami nag-away. Pero alam ko ang dahilan ng kanyang pagsusungit. Alam ko tungkol iyon kay Benjomar. Hindi ko na lang pinapatulan. Baka saan pa mapunta ang lahat.

Okay na sana ang lahat sa amin ni Benjomar ngunit pumasok ulit sa eksena si Carl Michael.

At sa wakas, naisatinig din niya ang kanyang tinatagong pagmamahal para sa akin. Huli man pero puwede pang makahabol.

At nalagay ako sa mahirap na desisyon. Ano'ng gagawin ko? Sino kaya sa kanilang dalawa ang pipiliin ko?

Si Carl Michael ba? Na una kong minahal ngunit pinaasa lang ako at naglakas-loob na umamin? O, si Benjomar? Na nagtapat ng kanyang pag-ibig sa akin na unti-unti ko na ring nagugustuhan?

Ganoon na ba talaga ako kaganda kaya pinag-aagawan ako ng magpinsan?

Kapuwa mahal nila akong dalawa. At pareho ko rin silang ayaw masaktan.

Magkaklase silang dalawa. Magkaibigan. Magpinsan. Hindi ko gustong mawasak iyon dahil sa akin.

Kaya dumating ako sa isang mabigat na desisyon. Mahal ko silang dalawa, kaya handa akong magsakripisyo sa ikabubuti naming tatlo. Kahit masakit, wala akong pipiliin sa kanilang dalawa.

Alam ko kasing kapag binigyan ko pa sila ng pag-asa, baka masira lang ang relasiyon na mayroon sila. At alam ko ring walang magpaparaya sa kanila.

Binasted ko silang dalawa. Iyon ang nakikita kong tamang gawin.

Pero kahit ginawa ko na iyon, hindi pa rin tumigil sa panunuyo si CM.

"Albor ko 'tong jersey mo, ha?" wika ni CM habang papalapit sa akin. Hawak niya ang paborito kong jersey na sinusuot ko lang sa loob ng bahay. Kinuha niya iyon sa sampayan.

Parang umurong ang dila at hindi makaayaw. "O-oo na, sige na. Eh, ang palit mo, ano?"

"'Yong puso ko, este, iyong basketball short ko. 'Di ba crush mo 'yon pati 'yong may-ari?" hugot niya.

Mariin akong napangiti. "Boliro!"

Kung masuwerte ako sa mga kaibigan, hopya naman sa love life. Sana nga dalawang ang puso ng tao. Sana dalawa ang puso ko. Isa para kay CM at isa para kay Benjomar. Kaso, isa lang talaga. At para lang sa isa.

Pero minsan, napapatanong ako sa aking sarili. "Ano kaya kung hindi ko tuparin ang aking pangako sa sarili at sagutin ang isa sa kanila? Sasaya ba ako? At sino naman ang pipiliin ko?"

NGUNIT ang planong iyon ay nawala sa aking isipan. Ayaw ko kasing mag-isip ng mga bagay-bagay na wala namang kasiguraduhan.

Malakas ang ulan. Nasa loob ako ng bahay nina ante at angkol nang may mag-message sa cellphone ko. Kasama ko ang mga boarder maliban lang kay Carl Michael. Hindi ko alam kung saan siya.

Sino kaya ang nag-text?

Tiningnan ko ang screen ng aking cellphone na nokia, si Benjomar iyon.

Ano po gwa u now?

Siyempre alam ko namang style lang iyon para makausap ako.

Huli ka na Benjomar! Gasgas na ang banat mo! isip ko habang nakangiti.

Punta ka kya d2 pra mlaman mo, reply ko.

Sigurado naman akong hindi siya makapupunta dahil malakas ang ulan at kumikidlat pa paminsan-minsan. Iyon ang akala ko. Pero lulan ng kanyang bike, pumunta talaga siya sa boarding house.

Para sa akin biro lamang 'yon, pero sineryoso niya. Hindi pala siya mabiro.

Dalawang kilometro lang naman ang layo ng bahay nila sa boarding house.

Pinatuloy ko siya sa loob. Nakakaawa naman kasi. Parang basang sisiw dahil sa ulan.

Parang gusto ko siyang pagtawanan pero pinipigilan ko ang sarili. Baka kasi mainsulto siya't magalit. Isa pa, kasalanan ko naman kung bakit siya naririto.

Bakit pa kasi pumunta-punta pa?

Nag-usap kami at tahasan kong sinabi sa kanya na wala siyang pag-asa sa akin. Dagdag ko pa na hindi kami puwede para sa isa't isa.

Hindi siya tumagal at umuwing wala paalam. Naguilty ako sa mga sinabi ko, pero tama lamang iyon para hindi na siya umasa at tumigil na.

Gayunpaman, hindi pa rin siya sumuko.

Sa tuwing si Carl Michael ang kasama ko, hindi lumalapit si Benjomar. Kapag si Benjomar naman, hindi rin lumalapit si Carl Michael. Nakakatawa silang dalawan.

Pero seryosong usapan. Nahihirapan at nasasaktan na ako. Dapat ba akong pag-agawan? Deserve ko ba iyon?

At habang tumatagal kami sa gano'ng set up, napag-isip-isip kong kaibiganin na lang silang dalawa. Walang special treatment. Siguro naman ay maiintindihan nila ako.

Hindi nga nagtagal ay natanggap din nila ang naging desisyon ko. Hanggang doon lang ang kanyang kong ibigay, hanggang kaibigan lang. So far, naging masaya kami sa gano'ng sistema. At least doo'y walang away at samaan ng loob. Sana nga, walang samaan ng loob.

Si Carl Michael ay nakahanap ng iba. Naging nobya niya ang kaklase niyang si Marialyn.

Gano'n din si Benjomar. Niligawan niya si Annah Azairah ngunit hindi pa siya sinasagot ng dalaga. Pero naniniwala akong may chance naman. Aabangan ko na lang kung ano ang susunod na mangyayari.

Masaya ako kahit merong konting kirot dito sa dibdib, na tinanggap at nirespito nila ang aking desisyon.

Sana last na 'to.

BUWAN ng September, 2010. Isang buwan na rin ang lumipas matapos ang masakit na pangyayari sa aking buhay na pinag-agawan ako ng magpinsan.

"'Ne, may goodnews ako sa 'yo mamaya," ani Rex. Nasa loob kami ng classroom.

"Ano 'yon?"

"Mamaya na sa daan."

Matapos ang lahat ng nangyari sa akin doon sa boarding house ay napag-isip-isip kong umuwi na lang muna sa aming bahay kasama sina Peterlyn at Ante Cristy. Kaya balik sa paglalakad kami tuwing umaga at hapon. Hindi si Carl Michael ang dahilan kung bakit umalis na ako kina ante at angkol, kung hindi miss ko lang maka-bonding ang mga friend ko sa daan.

At ang balita ko naman kay Carl Michael, hindi na raw siya nagbo-board kasi raw may motorbike nang service para sa kanila ng kanyang first year na babaeng kapatid. Siya ang driver kasi marunong naman siya.

Uwian na. Sabay-sabay kaming magkabarkadang lumabas ng gate. Paglabas ay nagkahiwa-hiwalay na kami.

Sa dating gawi, ako, si Mark at Rex pa rin ang magkasama sa pag-uwi kasi iisa lang ang aming rota. Humiwalay na si Laura.

"Hoy, ghay, ano pala ang goodnews mo?" tanong ko kay Rex. 'Ghay' pala ang aming tawagan na may kahulugang 'Get Honest Attitude Youth.'

"Alam mo, 'Ne, isa sa mga kaklase natin ang humingi sa akin ng favor. Alam mo ba kung ano?"

"Ano?"

"Sabihin ko lang daw sa 'yo na crush ka niya," masiglang balita ni Rex.

"Sino?" sabik kong tanong. Siyempre bahagyang akong nagulat. Pero nagbigay iyon sa akin ng kaunting tuwa. "Sino siya? Dali, sabihin mo na. Parang sira 'to."

Narinig iyon ni Mark kaya naging curious din siya sa aming pinag-uusapan. Tahimik nga lang ngunit ang pandinig at ang utak niya ay umaandar. May pagka-detective lang.

"Si Zander John." Hindi si Rex ang sumagot kung hindi ay si Mark. Ibig sabihin, bago pa dumating kay Rex ang balita ay nasagap na ito ng radar ni Mark.

"Paano mo nalaman, ghay?" narinig kong tanong ni Rex kay Mark.

Nagkibit-balikat si Mark. "Of course, maraming akong asset ano. Connection that you don't have."

Hindi namin alintana ang layo ng aming nilakad. Mas lumalim pa ang kuwentuhan at tawanan kaya hindi namin napansin ang init ng hapon at ang pagod sa paglalakad. Ang saya lang.

At ang masayang bonding na iyon ay natapos nang maghiwa-hiwalay na kami ng daan. Si Rex ang unang nag-split ng daanan, samantalang magkasama pa rin kami ni Mark. Sa totoo lang, walking distance lang ang layo ng bahay namin ni Mark sa amin. Ang suwerte ko 'diba? May tagasundo tuwing umaga at tagahatid tuwing hapon. Gano'n ang pangyayari araw-araw.

Muli kong iniisip ang sinabi ni Rex. Ha? Si Zander John, may crush sa akin? Totoo ba? Ganda ko naman!

Malalim na ang gabi ngunit hindi ako nakatulog nang maayos. Iniisip ko kung ano kaya ang mangyayari kinabukasan sa muli naming pagkikita ni Zander John.

Sino kaya ang dapat na mahiya sa aming dalawa? Ako ba o siya?

Gayunpaman, malapad pa rin ang ngiti sa aking mga labi. Noon, sa araw-araw na pagpasok ko sa school, hindi ko talaga pansin ang natatagong kaguwapuhan ni Zander John. Ngunit ngayong nalaman kong may paghanga pala siya sa akin, napapansin kong cute rin pala siya.

Lumipas pa ang maraming araw. Bakit nga ba ang bilis kong ma-fall?

Sa totoo lang, hindi si Zander John ang crush ko kung hindi ang close friend at ang pinsan niyang si Joseph.

Sobrang gustong-gusto ko si Joseph. Simple lang at may gustong marating sa buhay. In fact, si 'Cute' ang tawag ko sa kanya. 'Yon nga lang, manhid yata. Walang effect ang mga pabebe ko. Kahit halata naman nagpapapansin sa kanya ay parang balewala lang. Okay lang, basta ang mahalaga ay palagi ko siyang nakikita sa room kasama ang guwapo ko ring admirer.

"ANO ba? Bakit ninyo ako hinihila?" tanong ko sa aking mga kaibigan. Recess at kagagaling lang namin sa canteen.

"Basta sumama ka na lang sa amin. Kaming bahala sa 'yo," wika ng isa sa kanila.

May tiwala naman ako sa kanila kaya sumama ako. Dinala nila ako sa hagdanan na papunta sa classroom ng mga second year. Sa second floor iyon ng building. Wala pa rin akong mahabing idea kung bakit dinala nila ako roon. Pero sa kutob ko, may kalokohan na naman silang gagawin. Pagdating doon, basta na lang nila akong iniwang mag-isa.

Tama nga ang hinala ko. Mula sa second floor, napatingin ako sa baba. Si Zander John ang nakita ko roon. Pahindi-hindi pa ito habang mariing tinutulak-tulak ng mga kaibigan ko para puntahan ako sa aking kinaroroonan. Naramdaman kong gusto niya rin ang mga nangyayari.

Ilang sandali lang ang lumipas, nasa tabi ko na siya. Nagsolo kaming dalawa. Mabibilang sa mga daliri namin ang mga salitang aming binitiwan. 'Di ko alam kung matutuwa ba ako sa idea ng mga kaibigan ko o hindi? Napaka-awkward.

Oo, date, date nga siguro ang tawag doon.

Alam kong nasa paligid lang ang mga kaibigan ko. Nag-aabang ng susunod na mangyayari sa unang pag-uusap namin ni Zander John. Pero, wala namang nangyaring maganda. Wala namang sinabi na manliligaw na siya.

Siguro kinikilig din si Zander John kaya 'di nakapagsalita. Pero ako, sakto lang. Basta alam ko, magkakilala kami at kaklase. To be honest, wala talaga akong special na nararamdaman. Excited ako pero hindi in love. Basta, ewan! 'Yon na 'yon.

Ngunit bakit? Bakit ako nakaramdam ng konting selos nang sabihin sa akin ni Rex one time ang bagay na, "'Ne, nagpatulong gumagawa ng loveletter si Zander sa akin kanina. Ginandahan ko 'yon kasi alam kong para sa 'yo 'yon."

Naghintay ako at umasa, ngunit walang loveletter na dumating. Masaya na sana pero nauwi pa sa hopia. Oo at inaamin ko, noong una ay wala talaga akong nararamdaman ngunit habang tumatagal ay nagkakaroon na siya ng puwang sa aking puso. Na-develope na lang. Hindi ko alam kung kailan nagsimula at paano, basta nagising na lang akong may konting pagtingin na rin ako sa kay Zander.

Ang tanong lang, kung hindi para sa akin, eh kanino niya kaya ibinigay ang loveletter na ginawa ni Rex?

Walang loveletter na dumating, it means, para 'yon sa iba. Sad naman. Umasa lang pala ako sa wala. Assuming lang siguro ako.

Nagseselos ako! Oo, natuto na akong magselos dahil sa kanya.

Kailangan kong alamin kung sino ang babaeng iyon. Hindi ko siya mapapatawad dahil nasisigurado kong mahal ko na nga si Zander John. Astig ko, 'no? Wagas. Ngayon ako na naman ang nagkukumahog. Ang arte ko kasi noon.

Kung kailan malaya noon si Zander John, ako naman 'yong pabebe. At ngayong may iba na siya, heto akong parang hunghang na nagkandarapa para lang mapasaakin siya.

Sa totoo lang, ayaw ko na sanang balikan ang sugat ng nakaraan. Ayaw ko nang masaktan at makapanakit gaya sa mga nangyari kina Carl Michael at Benjomar.

Ayaw kong masaktan ulit. Nakakasira ng ganda.

MAY pinsan akong transferee sa school namin. Kapitbahay lang din namin ni Mark. Hindi kami super close ng pinsan ko. Mas-close pa nga sila ni Mark. By the way, siya si Jenny.

Third cousin ko siya. Mula sa Manila, lumipat sila ng kanyang kapatid na lalaki sa school namin. For what reason? 'Di ko alam.

Maganda si Jenny. Manila girl at appealing. Magaganda at pogi kasi ang lahi namin. Charot! Third year highschool na siya at first year naman ang kapatid niya.

Oo nga pala, ang tungkol sa loveletter, minsan naging topic namin iyan habang pauwi kami galing school. At si Mark ang bumida tungkol sa loveletter na nabasa niya mula kay Jenny. Aha! Ang loveletter na tinutukoy ni Mark at ang loveletter na ginawa ni Rex ay iisa. Ayon kay Mark, bigay raw iyon ng admirer ni Jenny.

Dapat ko pa bang isipin na hindi si Zander John ang manliligaw ni Jenny? Maliwanag pa sa sikat ng araw ang lahat. Malinaw na iba na ang mahal ng taong mahal ko.

Masakit mang tanggapin ngunit karibal ko kay Zander John ang pinsan ko.

Noon, magpinsan ang nag-aagawan sa akin. Ngayon, kami namang magpinsan ang nagkukumpitensiya sa iisang lalaki.

Hindi ako magpaparaya! Iyon ang aking binitiwang salita na sana pananindigan ko hanggang huli, kasi hindi ko na gustong maulit muli ang nangyari noon.

Ginawa naming kasabwat si May na kaklase ni Jenny. Kapitbahay ko rin siya. Siya ang magbibigay ng impormasyon sa amin tuwing may kaganapan sa pamamagitan ng pinsan ko at sa binatang naging dahilan ng lahat ng ito.

Ang mga oras at petsa ng pagkikita nila ay nakasulat sa aking notebook. Kung saan sila pumupunta. Kung ano ang kanilang mga ginagawa. Awkward talaga. Stalker na ako.

Agad-agad ay nagti-text o tumatawag si May sa akin o kay Mark para ibalita ang mga new updates tungkol sa dalawa. Kahit nagseselos sa mga ibinabalita ni May, alteast aware ako kung ano lang ako sa buhay ni Zander John. In my heart, alam kong may pag-asa pa ako sa mahal ko. 'Yon nga lang, maliit na porsyento na lang.

May oras ngang hinahatid pa ni Zander John ni Jenny sa kanila ng motorbike. Sa isip ko lang, ako sana 'yon.

Malaking panghihinyang ko kung bakit hindi ko agad sinagot noon si Zander. Ay, oo nga pala, 'di pala siya nanligaw. Nagsisisi man, wala na, huli na ang lahat para sa akin. Ngunit may kasabihan ngang, 'huli man din ay makahahabol pa rin.'

Iyon na lang ang inaasahan ko. Sana nga magkaroon ng bisa ang kasabihang iyon kahit isang beses lang sa buhay ko.

Dumating ang buwan ng October at barangay election na naman. Tumakbo ng SK chairman si Zander John sa barangay nila at naging busy sa pangangampanya.

Ang nang mga sandali rin iyon, isang pangyayari ang gumimbal sa buhay ng aking pinsan. Hindi man namin gusto ang nangyari, pero ang buhay ng tao ay may katapusan. Sabi pa nga, life is short.

Malakas pa raw noong nakaraang gabi ang mama ni Jenny ngunit kinabukasan ay tuluyan na itong namaalam sa amin. Namatay si ante dahil sa heart attack. Isa iyong masakit na pangyayari para sa amin. Lalong-lalo na sa naiwan niyang mga anak.

Naaawa ako sa aking pinsan. Alam kong kailangan niya ng kaibigan nang mga oras na iyon at masasandalan at si Zander John iyon.

Ipinipikit ko na lang ang aking mga mata sa tuwing may makikita akong alam kong makasusugat ng aking damdamin. Ayaw ko mang isipin ngunit meron talaga selos at sakit dito sa puso ko kapag nakikita kong magkasama sina Zander at Jenny.

Sa wakas, natapos na rin ang election. Nailibing na rin si ante.

Hindi nanalo si Zander John. Ang mga kaibigan ko ay tumakbo rin sa aming barangay. Si Charlene, nanalo bilang SK chairperson. Naging first SK kagawad naman si Mark. Sumubok naman si Rex bilang kagawad, ngunit siguro 'di pa niya oras para manalo. Hayun, talo ang mokong.

Nang mga sandaling iyon, unti-unti ko nang kinakalimutan si Zander. Alam ko naman wala na akong pag-asa pa.

Ngayong wala na ang mama ni Jenny, sino ang mahuhugutan niya ng lakas ng loob? Si Zander ang taong iyon. Ang binata ang tamang tao na dadamay sa kanya.

Masakit man dahil sinuko ko na si Zander, okay lang. Sabi ko hindi ako magpaparaya, ngunit ano itong ginagawa ko? Hindi naman siya mapupunta sa kung sino lang kung hindi sa pinsan ko rin. Oo, okay lang ako. Magiging okay rin ako. Promise. Itatago ko na lang dito sa puso ko ang pag-ibig para sa kanya hanggang dumating ang panahon na makakalimutan ko na siya. Ilalabas ko na lang muli kung sakaling may dumating na panibagong 'Zander John' sa buhay ko.

For the second time, brokenhearted na naman ako. Yes, totoo po 'yon!

Mula ng pumanaw ang mama ni Jenny, doon na sila tumira sa bahay ng isa pa naming ante. Doon, hindi sila malaya. May mga rules and regulations na dapat sundin.

Sa kay Jenny, bawal magboyfriend muna, bawal ang cellphone, maraming bawal at halos lahat na lang bawal. Nakalulungkot talaga. Kawawa naman ang pinsan ko sa bahay na iyon. Hindi siya sanay sa trabahong bahay kasi alagang-alaga sila ng mama nila noong nabubuhay pa ito. Ngunit iba na ngayon, kailangan niya mag-adjust at magtrabaho.

Ang dating pinong uniporme ni Jenny, ngayon ay wala ng plantsa-plantsa pa. Nagagalit daw kasi si ante, kapatid ng mama ni Jenny, kung gagamit sila ng kuryente. Wala na rin siyang cellphone. Minsan kulang din sa pagkain.

Minsan nga iniisip ko, sana hindi muna pumanaw ang mama ni Jenny para hindi nila naranasan ang hindi magandang pagtrato ng kapatid ng kanyang mama sa kanila. Ngunit hindi na iyon maibabalik pa.

Nawala ang communication ni Jenny at Zander dahil wala ng cellphone ang una. Paminsan-minsan na lang sila nag-uusap sa school dahil baka may makakita at isumbong siya.

One time, nakuha ni Mark ang number ni Zander. Tinext niya at nagpanggap siyang babae. Ngunit hindi naging maganda ang conversation nila. Sa text, nagbangayan sila at humantong pa sa samaan ng loob.

Dumating sa aming kaalaman, nag-search si Zander kung sino ang textmate niyang palaging minumura siya sa text. Kasi naniniwala itong kilala siya nito. 'Yon nga, naboking si Mark.

Sa loob ng aming classroom, plastikan lang ang dalawa. Hindi sila nagkikibuan. Parang walang nangyari, ngunit deep inside may mga galit sila sa kani-kanilang puso.

Noong bandang huli, nabalitaan kong nais maghiganti ni Mark sa sobrang inis niya kay Zander. Ginamit ako ni Mark sa kanyang plano. Ako naman itong hindi muna nag-iisip, pumayag naman. Siguro, gusto ko lang naman naramdaman ni Zander ang naramdaman ko noon.

Sa tuwing naririyan siya, naglalambing ako kay Carl Michael. Pinapakita kong masaya ako at nakamove-on kahit hindi naman naging kami. Ewan ko kung effective 'yon. Pero palagay ko lang, may konting selos din siyang nadama. Halata sa kanyang mga mata at ikinikilos.

Friend pa rin pala kami ni Carl Michael.

Kahit isang acting lang ang lahat, napapainis din namin ni Zander John. 'Yon naman talaga ang goal.

Sa palagay ko parang napansin yata ni Zander ang pang-iinis namin sa kanya, kasi sa tuwing madadaanan ko sila ni Jenny, kulang na lang langgamin sa sobrang sweet. Ako naman ang kanyang iniinis. Lihim man, subalit abot-abot ang selos at inis na aking naramdaman. Akala ko wala na, ngunit ano itong nararamdaman ko?

Oo, nagparaya na ako. Wow, paraya talaga, ha! Subalit alam kong hanggang salita lang pala iyon at hindi base sa totoo kong nararamdaman. Pinaniwala ko ang sarili sa isang kasinungalingan. Niloloko ko ang aking sarili. Hindi ko talaga magawang kalimutan si Zander John. Siya pa rin talaga ang nanunuot sa aking puso't isipan. Mahal ko pa rin siya. As in, mahal na mahal.

Kaya masaya ako noong naging member siya sa project namin sa science. Napagplanuhan kasi naming doon gagawin sa bahay ang aming S.I.P. At dumating nga ang araw na 'yon.

Alam kong hindi pa rin okay sina Zander at Mark ngunit kailangan nilang magbati alang-alang na lang sa aming science investigatory project. Batid kong plastikan lang ang lahat.

Masaya ako nang mga oras na iyon. Kahit papaano ay nakasama ko siya ng mahaba-habang sandali kahit hindi niya alam na parang gusto ko na siyang yakapin. Ngunit todo control ako sa aking sarili. Nagkasya na lang ako sa takaw na pagsulyap. Sa wakas, natapos din ang project.

———

MAY isang balitang dumating na nagpaiyak sa 'kin. Ayon doon, sina Zander at Jenny na raw. Oo, sila na for real.

Sa halos apat na buwang paghihintay ni Zander John, sa wakas, nasungkit niya rin ang sagot na gustong marinig mula sa bibig ng aking pinsan. Sila na officially. Hindi gaya ng dati na walang label.

In short, sinuway ng pinsan ko ang utos ng ante namin na bawal muna ang boyfriend kapag nag-aaral pa.

Pag-ibig nga naman, ang hirap pigilan!

Alam kong patago ang kanilang relasyon. Pero walang naitatagong sikreto habambuhay. Palagi nasa tabi ni Jenny si May kung saan ang huli ang napapahatid ng impormasyon sa akin. At ipinagbibigay alam din naman namin kay ante. Minsan may pagkatraidor din kasi ako. Minsan lang.

Nakakatawa nga, eh. Hindi ko alam kung kami ba ang bida o kontrabida rito.

Gusto kong maghiwalay sila para mapasaakin si Zander.

Masama na kung masama. Gano'n pala kapag pag-ibig na ang ipinaglalaban. Walang kinikilala kapatid, kapamilya, kaibigan o maging sino pa 'yan. Gagawin ang lahat sa ngalan ng pag-ibig.

Feeling ko talaga ang sama-sama kong pinsan kay Jenny. Hindi ko man lang naisip na hindi lang isa o dalawa ang masasaktan kung hindi ay marami. Pinairal ko kasi ang aking kasakiman. Nagsimula ang lahat na iyon kay Zander John. Ngunit hindi ko siya masisisi dahil ako rin ang nagpagumon ng sarili kong mundo sa simula pa lang.

Kung sana noong sinusuyo pa ako ni Zander, hindi ako nagpabebe, hindi na sana naging komplikado ang lahat nang ito. Hinayaan ko pa kasing humantong ang lahat sa ganito at saka umeksena.

Ang gulo! Gulo ng pinasukan ko!

―――――

EXCITED kaming lahat habang hinihintay ang papalapit na Christmas party sa campus namin.

At upang mas maramdaman ang diwa ng pasko, nagpaligsahan ang limang grupo sa classroom namin sa pamamagitan ng paggawa ng Christmas decors. Ang bawat grupo ay may makatukang lugar sa bawat sulok ng silid. Sa totoo lang, hindi naman ang mga premyo ang habol namin kung hindi ang pagandahin lang talaga ang aming classroom. Kanya-kanyang designs at diskarte ang ginawa ng bawat grupo.

Ang pinaka-highlight sa lahat ay ang aming violet Christmas tree. Marami ang pumuna noon kasama na ang aming principal.

Ang dahilan namin kung bakit gumawa kami ng violet na Christmas tree sapagka't violet ang kulay ng Amethyst na pangalan ng aming section—Section B, fourth year Amethyst.

Minsan lang kami maging fourth year kaya ginawa na naming memorable ang event. First time lang daw nangyaring violet lahat ang kulay ng dekorasyon sa classroom ng Amethyst at sa batch pa namin.

Masaya. Ramdam ko iyon habang pinagmamasdan ang aking mga kaklase.

Habang nasa gitna ako ng classroom, parang nasa munting paraiso ako dahil sa mga nakasabit na kulay ubeng paruparong papel.

Two weeks before Christmas party, nagpalabunutan na kami para sa exchange gift.

Code names lang ang aming ginamit. At lalagyan lang ng boy or girl sa ibaba ng codename para malaman kung ano ang nararapat na bibilhing regalo sa nabunot.

Dinadalangin kong sana kay Zander ang makuha ko. Malas, hindi sa kanya. Nawalan tuloy ako ng gana sa exchange gift.

Ngunit sa hindi inaasahan, si Rex pala ang nakabunot ng kagayang penmanship ni Zander. At batid kong kanya iyon dahil siya lang naman ang may gano'ng penmanship sa room namin. Bold letters lahat.

Nagpalitan kami ni Rex. Dahil sa excitement, halos hindi ako makatulog sa kaiisip kung ano ba ang ireregalo ko kay Zander. Gusto ko kasi dapat isang bagay na hinding-hindi niya makakalimutan kailanman.

Habang palapit nang palapit ang aming Christmas party ay lalong tumitindi ang axcitement na aking nararamdaman.

Kahit medyo mahal ang ireregalo ko sa kanya, okay lang. Hindi ako manghihinayang kasi batid ko namang mapupunta iyon sa isang taong mahalaga sa akin. Simpleng kumot lang naman iyon. Atleast pakiramdam ko'y kayakap ko na rin siya dahil doon.

Hindi lang iyon basta regalo lang para sa akin. May kahulugan iyon kung bakit iyon ang ireregalo ko sa kanya. Regalo iyon na galing sa aking puso.

Dumating ang araw ng aming Christmas party. Karamihan sa amin ay naka-casual attires dahil iyon ang aming napag-usapan.

Guwapong-guwapo talaga ako sa crush ko sa suot niyang polo matching with black pants. Pormal na pormal ang dating. And new hair cut. Parang ang sarap-sarap yakapin.

Siya ang naatasang maging sound operator.

Pinangunahan ni Rex ang lahat. Siya ang aming emcee sa room.

That time, may kanya-kanyang parties ang bawat classroom.

Nasa gitna ng aming room ang violet na Christmas tree at kataka-takang may dalawa roong nakasabit na korona na gawa rin sa violet neon paper, ngunit hindi namin iyon pinansin. Para sa amin, dekorasyon lamang iyon.

Sa paanan ng nakatayong Christmas tree, naroon ang mga regalo ng bawat isa para sa exchange gift mamaya.

Pagkatapos ng maikling panalangin, may mensahe na sinabi ang aming adviser upang pormal na buksan ang selebrasyon. Kasunod niyon ay ang mga games na hinanda ng class officers. Ang saya talaga!

Ang last game namin ay tinawag na, matching heart. At may kutob ako kung bakit may ganitong game. Si Rex at Mark kasi ang nakaisip nito at batid kong isa na naman itong kalokohan. Pero inaamin ko, excited ako sa magiging resulta ng game na 'to.

Lahat kami ay nakaupo sa aming mga upuan. Tanging si Mark at Rex lang ang nakatayo para ipaliwanag ang mechanics ng naturang game.

Simple lang naman pala. Sa ibaba raw ng aming inuupuan ay mayroong isang munting sobre na kulay voilet. Buksan daw namin ito at meron doong half heart at hanapin ang kalahati ng broken violet heart sa aming kaklase.

Excited ang lahat kaya agad-agad ay ginawa namin ang sinabi ni Mark at Rex.

OMG! What a coincident! Kay Zander John at ang aking nakuhang kalahating puso ay magka-match. Kami ang naging magka-partner.

Lahat kami ay nahanap na ang ka-match. Muli ay nagpagitna sina Rex at Mark.

"Pumunta po sa gitna ang mag-partner na nakakuha ng malaking puso," sabi ni Mark.

'Di ko akalaing ang nakuha pala namin ni Zander John ang pinakamalaking puso. Pumagitna kaming dalawa. May konting kilig.

Ang iba pa naming kaklase ay binibiro pa kaming dalawa ni Zander.

"Ngayon ay tinatawagan namin ang presensiya ng ating adviser para kunin ang mga korona para ilagay sa mga ulo ng prince and princess Christmas party 2010," wika ni Mark.

Naku! 'Di ko na alam ang gagawin. Ako ang napiling princess at prince naman ang mahal kong si Zander John. OMG! Titili na ba ako?

Ginawa naman ni ma'am ang request ni Mark sa kanya.

Ang lahat nang iyon ay nauwi sa isang romantikong senaryo. Ayaw ko sana ngunit pinilit nilang sumayaw kami ni Zander John. Wala akong nagawa nang abutin na niya ang aking mga kamay. Maaring isa ito sa mga bagay na hindi mawawaglit sa aking alaala hanggang sa aking pagtanda. Kasi 'di ko naman akalaing mangyayari pa ang bagay na ito.

Masayang-masaya ako higit sa inaasahan. First time kong nakasaway si Zander.

Gano'n pala ang feeling kapag magdaiti na ang inyong mga palad ng taong mahal mo? Nakakakaba pero masaya. Tila parang kilikiliti ka pero hindi ka naman natatawa, kaya ngingiti ka na lang.

Malaking pasasalamat ko sa broken violet heart dahil naisayaw ko ang taong gusto kong mahalin.

Kahit sandali lang ang sayang iyon. Nagbalik din agad sa normal.

Pagkatapos noon, sumunod na ang exchange gift. Sabik na sabik na akong iabot ang regalong may pagmamahalan sa kanya. And finally, naibigay ko na rin.

Akala ko, tapos na ang aking happiness. Meron pa palang mas masaya.

My gosh! Si Zander John din pala ang nakabunot ng codename ko. Kaya naman sa akin napunta ang regalo niya.

Amazing! Super amazing talaga ang last Christmas party ko sa highschool.

Nakatutuwa lang talaga! Umayon ang pagkakataon nang mga oras na iyon sa amin—ay sa akin pala.

Nang sabay-sabay na naming buksan ang aming mga regalo, nagulat at natuwa ako sa aking natanggap.

Unexpectedly, ang regalo namin ni Zander John ang maging center of attraction.

Imagine, isang blue na kumot ang regalo ko sa kanya. At isang pink naman na unan para sa akin.

Biruan pa nga ng mga kaklase namin na puwede na raw kaming magsama bilang mag-asawa. What, mag-asawa talaga! Hindi na masama.

Sabay na lang naming nginitian ang birong iyon na tila wala lang iyon sa amin. Patay-malisya pero tuwang-tuwa rin deep inside.

Dahil doon, may sumibol na namang sakit sa aking dibdib. Dapat kong gisingin ang aking sarili na wala na akong pag-asa sa kanya. Kaibigan lang, doon lang! Tapos!

Pero, hindi eh. Mahal ko talaga siya.

Hindi ko tanggap na maging kaibigan lang siya. Ang gusto ko, maging ka-ibigan.

Paano ko iyon maisasakatuparan gayong nariyan na si Jenny bilang mataas na pader na handang humarang sa akin?

Lumipas ang ilang linggo. Tapos na ang Christmas vacation. January na sa taong 2011.

Pinipilit kong iwaksi sa aking isipan si Zander, ngunit hindi ko siya kayang kalimutan agad-agad lalo na nagkikita pa kami araw-araw sa classroom.

Naaalala ko rin siya tuwing matutulog ako dahil sa unan na bigay niya.

Tama nga ang hinala ko, planado nga ang lahat nang nangyari noong nakaraang Christmas party. Pumasok agad sa isip ko ang kabalbalan ng mga kaibigan ko. Tama! Na-frame up nila ako. Hindi naman ako nagalit kasi batid kong kaligayahan ko rin ang iniisip nila. Atleast, masaya ang memories na dadalhin ko dahil sa Christmas party na iyon.

Matapos ang mga nakatutuwang pangyayari, patuloy pa rin naming sinusubaybayan ang pinsan ko.

Nalaman naming malapit na pala ang monthsary nina Zander John at Jenny.

Dating gawi, gumawa na naman kami ng eksena para guluhin ang mundo ni Zander.

Sa araw mismo ng kanilang monthsary, kunwari may nagpadala raw sa akin ng malaking puso na may mensahe. Ngunit ang totoo, si Rex lang naman ang gumawa no'n. Ang purpose no'n ay para paisipin si Zander kung kanino galing ang big heart.

At ilang minuto pa ang lumipas matapos ang recess, sa science time namin, ay may kunwari raw na may nagpadala ulit ng isang maliit na box. Iyon naman ay kagagawan ni Mark.

Sinadya naming ipakita sa buong klase ang box na iyon, especially kay Zander John. Gusto namin ma-curios siya about sa gift. At siyempre, kasama sa plano ang science teacher namin. Hindi namin siya kasabwat pero kinuha niya ang big heart at ang box. Binasa sa buong klase ang nakasulat sa big heart at binuksan ang box. Bracelet at singsing ang laman noon.

Success ang plano!

Nasisigurado kong sira na naman ang araw ni Zander.

"Hoy, ghay, saan mo nakuha 'yong mga alahas?" tanong ko pagkatapos ng klase.

"Hiniram ko lang sa tita ko," tugon ni Mark habang may ngiti sa labi.

Haha! Nakatatawa!

DUMATING ang graduation day. Isa sa mga pinakamalungkot na araw pero parangap ng lahat na maabot. Kahit nakalulungkot isipin, dapat kong tanggapin ang katotohanan na kailangan na naming maghiwa-hiwalay ng landas ng aking mga magkaibigan. Kailangan na namin harapin ang nakaambang kinabukasan para sa amin sa kasalukuyan.

Sa ngayon, ito ang mga buhay namin: si Carl Michael daw ay nag-aral ng Marine at hindi ko alam kung nagpatuloy. Si Benjomar, related sa computer ang kinuhang kurso, pero later on, kumuha rin ang cookery. Si Mark, Engeneering, pero balita ko nag-Educ daw siya. Si Charlene, Business management, pero balita ko nag-Educ rin. Si Laura, stop muna. Si Rex, writer na.

About naman kay Joseph, wala na akong balita sa kanya.

Tungkol naman sa pinsan kong si Jenny, bumalik sila ng kapatid niya sa lugar ng kanilang papa na dala-dala ang sama ng loob sa kay ante.

Ako naman ay mapalad na nakapag-aral ng PolSci.

Maraming salamat kay Lord dahil naging makulay at masaya ang aking highschool life.

Hindi man naging kami ni Zander John, ngunit dito sa puso ko, alam ko, minahal ko rin siya.

May asawa na siya ngayon at may baby boy na.

Hanggang dito na lang ang kuwento ng aking buhay na minsang bumabalik sa aking alaala.

Ako si Jumilyn, umibig sa taong hindi sa aking nakatadhana.

Wakas.

A Voice Of A Quiet World

Ecclesiastes 3:7,
. . . a time to keep silence, and a time to speak.

I'M afraid of being alone.

Nabuhay ako sa mundong tahimik ngunit sa loob ay may itinatagong lungkot at galit.

Normal araw-araw sa aming tahanan ang nakababagot at nakabibinging katahimikan. Walang imikan. Walang bangayan. Walang away. Masaya 'yon para sa iba pero hindi iyon gano'n para sa akin. Isa iyong parusa.

May kalayaan kang gawin lahat ng gusto mo. Lahat-lahat. May karapatan ka para gawin ang kahit ano maliban lang sa magsalita.

Bawal magsalita sa bahay! Number one rule iyon na dapat sundin.

Sa chatroom kami nag-uusap kahit magkatabi lang minsan sa upuan. Meron kaming group chat na gawa ni papa. Minsan gumagamit din kami ng papel at ballpen. Doon namin sinasabi ang gusto naming sabihin.

Anong klaseng rule 'to na kahit sa pagsasalita bawal? Kainis!

Krimen sa amin ang magbigkas ng mga salita.

Masayahin akong tao noong doon pa ako sa dati kong tahanan. Tahanang magulo at maingay. At walang werdong rule. Ngunit nag-iba 'yon nang dumating na ako sa bago kong tahanan.

Nabansagan akong quiet man sa school. Pati sa school nadadala ko pa rin ang bawal sa bahay. Nakalimutan kong ibang mundo pala sa labas at iba rin sa loob.

Tinatanong ko talaga sa aking isipan kung bakit bawal magsalita sa bahay. Ngunit wala akong maisip na sagot kung bakit bawal. Basta, bawal!

Wala akong mga kaibigan sa school. Sanay akong mag-isa. Malungkot ang buhay ko. Pakiramdam ko kasi, kasalanan kapag bibigkas ako ng mga kataga.

Apat lang kami sa bahay: Si Kuya Sic, Mama, Papa at ako.

Sampung taon ang age gap namin ni Kuya Sic.

Gusto ko silang tawaging mama at papa kasama si kuya, pero bawal kasi magsalita.

Sanay na ako sa gano'ng sistema. Kung may sasabihin ka, i-chat mo lang o isulat.

Magkasama nga kami sa iisang bubong pero palagay ko nag-iisa pa rin ako. Parang magkalayo ang aming mundo.

I'm afried of being alone.

SA school ako galing. Nilalakad ko lang pauwi kasi walking distance lang naman.

Maliit ang aking mga hakbang kasi baka matuluyan na ang aking sapatos. Ilang buwan ko na rin itong nilalagyan lamang ng pandikit para hindi bumuka. Nahihiya man ako sa aking mga kaklase kasi bago ang kanilang mga sapatos, hindi ko na lang pinapansin.

Sa aking paglalakad, napadaan ako sa isang department store. Kita ko mula sa aking kinatatayuan ang mga magagandang sapatos na naka-display sa loob.

Sandali muna akong huminto. Pinagmasdan ko mula sa labas ng crystal ang iba pang sapatos na naka-display. May iilan doong namimili.

Sa isang sulok, naagaw ng pansin ko ang isa roon. Namimili siya ng sapatos na kasama ang papa at mama niya. Nakaiinggit.

Pagkakita ko no'n, nangarap din ako na sana mangyari rin iyon sa akin.

Sandali kong binalingan ng tingin ang aking kaawa-awang sapatos. Kailan kaya kita mapapalitan?

Hindi ako tumagal doon. Nagpatuloy ako sa paglalakad. Lakad lang ako ng lakad habang nasa likod ko ang aking mabigat na bag. Parang wala ako sa aking sarili.

Pinagmasdan ko ang mga dumaraang sasakyan, pati ang mga taong nag-uusap sa tabi-tabi habang nagtatawanan at ang mga taong nakakasalubong ko.

Napagtanto ko, kapag tahimik ka pala ay mas nakikita mo ang totoong mundo. Mas marami kang natutuklasan na hindi alam ng iba.

Sa aking kamamasid sa paligid habang patuloy sa paglalakad, hindi ko napansin ang nakausling bato sa aking harapan. Natisod ako at muntikan nang madapa. Mabuti na lang at mabilis akong nakabalanse.

Sinipat ko agad ang aking sapatos. Nakita kong tuluyan na itong bumuka mula sa pagkakadikit. Hindi na ako nagulat kasi palagi namang gano'n ang nangyayari.

Matagal ko nang plano na humingi ng pambili kay papa ngunit hindi ko alam kung papaano sasabihin.

Sana makita na lang nila na sira na ang sapatos ko, nang sa gayon ay magkusa na lang sila sa pagbili nito para sa akin.

Ang prayer ko talaga, sana makabili na ako ng bagong sapatos.

AS usual, tahimik ang buong bahay. Pagbukas ko ng pinto, nakita ko si mama sa kusina. May niluluto yata.

Pumanhik ako sa taas at pumasok sa kuwarto. Nagbihis lang ako at bumaba rin.

Tumuloy ako sa sofa at binuksan ang telebisyon. Ang volume nito ay sa pinakamahinang tunog.

Habang ako'y nanonood, dumating si Mama. May dala siyang slice of cake at isang basong fruit juice. Alam ko para iyon sa akin.

Inilapag niya ito sa center table at sandaling tumingin sa akin. Isinenyas niya ang kanyang kamay na kainin ko raw ang mga iyon.

Ngumiti ako sa kanya. Binigkas ko ang salitang salamat ngunit sa paraang walang boses. Ngumiti rin siya sa akin at bumalik na sa kusina.

Sinimulan ko ng kainin ang hinanda ni mama. Masarap iyon at gusto ko pa sanang humingi ng cake. Pero binalewala ko na lang. Total nakakain na rin ako.

Kaunting na lang ang laman ng juice sa aking baso kaya inubos ko na ito. Pero bago ko pa lagukin ang huling patak ng juice, biglang bumukas ang pinto.

Natigilan ako kasi may isang anghel na pumasok doon. Puting-puti siya ay may usok pa sa likuran. Dahan-dahan akong tumayo habang nasa bibig ko pa rin ang basong walang laman.

Tulala akong humakbang papalapit sa anghel. Inabot ko siya upang hawakan ay alamin kung totoo ba. Totoo nga, kasi nahawakan ko siya.

Matamis ang kanyang ngiti sa akin. Ganoon din ako sa kanya.

Tinitigan ko ang kanyang nakasisilaw na mukha. Nagulat ako sa aking nakita. Si Kuya Sic ang anghel!

"Kuya, ikaw ba 'yan?" Tama ba ang naririnig ko? Nagsasalita ako? Kinakausap ko si Kuya Sic?

"Oo, ako 'to, Kib. Ano ang iyong kahilingan at ibibigay ko sa 'yo."

Pati si Kuya Sic, nagsasalita na rin?

"Sapatos." Hindi ko alam kung bakit iyon ang automatic na nabigkas ng aking bibig. "Sapatos po, Kuya."

Mga kalansing ng tinidor at baso ang nagpagising sa akin. Nakatulog pala ako. Ang pag-uusap namin ni Kuya Sic ay isang panaginip lamang.

Nakita kong nililigpit ni mama ang pinagkainan ko kanina.

Off na rin ang TV. Tumingin din ako sa labas at napansin kong madilim na pala. Ibig sabihin, nakatulog ako ng mahabang oras sa sofa.

Umayos ako ng upo at hinanap ko ang aking cellphone. Nakita kong nakapatong ito sa isang box na nakapatong din sa center table.

Kinuha ko ang cellphone. Pagkaangat ko nito, napansin ko ang maliit na note na nakadikit sa box. Binasa ko ito sa pamamagitan ng aking mga mata, 'For Kib.'

Mabilis akong tumayo at tiningnan si mama. Nakatingin din pala ito sa akin at ngumiti pa.

Gusto ko sanang magtanong pero hindi ko itinuloy.

Binuksan ko ang box. Sapatos iyon. At hindi lang basta sapatos, kasi katulad ito sa sapatos na gustong-gusto ko roon sa department store.

Napaluha ako sa sobrang saya.

Binuksan ko ang aming GC at nagtipa ng, 'Salamat sa sapatos.'

SUOT ko na ang sapatos na hindi ko man lang alam kung kanino galing, kung kay papa ba, kay mama o kay kuya. Basta ang alam ko, isa sa kanila ang bumili no'n para sa akin.

Ang araw-araw ko sa school ay parang paulit-ulit lang. Walang special. Boring at sobrang nakaaantok.

Pinagmamasdan ko ang ibang estudyante sa paligid at ang iba roon ay mga kaklase ko sa grade 10. Bakit ang saya-saya nila?

Nakikita ko sila na kahit konting kuwentuhan lang, kasunod agad ay halakhakan na animo'y parang kanila ang buong campus sa lakas nito.

May nakikita rin akong naglalaro ng volleyball sa groud na malapit lang sa inuupan ko. Mayroon ding naglalakad sa pathwalk. May naggu-group study sa lilim ng puno ng acacia. May nagde-date. Iyong iba naman, katulad ko rin, nagsosolo at nagmumuni-muni ng kung ano-ano.

Mula sa aking kinaluluguran, nabihag ang mga mata ko ng isang magandang tanawin. May dumaan kasing grupo ng mga babaeng estudyante sa unahan. Sa dami nila ngunit napako lang sa isa ang aking paningin sa magandang dilag na nasa bandang gitna.

Para siyang diwata sa angkin niyang kagandahan. Ang mga ngipin niya habang siya'y nakangiti ay nagpapabilis ng tibok ng aking puso. Ang mahaba at makintab niyang buhok ay kumintal sa aking isipan. Ang bawat galaw ng kanyang katawan ay pinipilit kong kinakabisado at ninanamnam ang bawat detalye.

Makaramdam ako ng slow motion.

Nagsimula na akong mapasido. Tinamaan yata ako ng gayuma ng kanyang karisma. Sapo ko ng aking dibdib habang makahulugang nakangiti. Ngunit naputol iyon ng...

"Hoy, taong hindi marunong magsalita, bingi ka na rin ba?" rinig ko mula sa isa sa mga naglalaro ng volleyball.

Nagising ako bigla sa aking masayang pantasya. Napalitan ng gulat ang aking ngiti. Tinitigan ko ang lalaki.

"Sabi ko, ihagis mo rito 'yong bola namin! 'Yan ho, 'yang sa tabi mo!" bulyaw ulit nito sa akin.

Sa loob-loob ko, kung makautos naman parang alalay niya ako, ah.

Hinanap ko ang bola nila. Nasa likuran ko lang pala. Hindi ko napansin ang pagtalbog nito papalapit sa akin kanina kasi abala ako sa katititig sa mayuming ganda ng babaeng iyon.

Tumayo ako at hinagis pabalik sa direksyon nila ang bola. Nakita kong masama ang tingin ng lalaki sa akin. Inalayan ko na lang siya ng pilit na ngiti.

Wala man lang kahit salamat.

Sa isip ko lang, ang tamad-tamad naman niya. Ang lapit-lapit lang naman ng bola hindi na lang siya ang kumuha. Inabala pa talaga ang ibang tao. Hay naku...

Ibinalik ko ang aking konsentrasyon sa aking crush. Hinanap ko ang grupo nila sa paligid ngunit wala na sila.

Nilisan ko na lang ang lugar na iyon at tinungo ko ang library. Tumagal ako roon ng halos kalahating oras at pagkatapos ay nagdesisyon ng umuwi.

NASA tapat ako ng department store ng napansin kong may makakasalubong akong grupo ng mga estudyanteng lalaki. Kilala ko sa mukha ang isa sa kanila. Kung hindi ako nagkakamali, siya 'yong nasa playground kaninang sumigaw sa akin na ihagis ko pabalik sa kanila ang bola.

Ang ingay-ingay nila at halos kayabangan ang bukambibig.

Niyuko ko ang aking ulo at umikot sabay lakad pabalik papunta sa gate ng school. Hindi ko gustong makasalubong ang mga gaya nila. Nakasisira ng modo.

Ilang hakbang pa lang ang aking nagawa, rinig ko agad sa unahan ang mga matatamis na tawanan ng mga babae. Marahan kong inangat ang aking ulo para usisain kong sino-sino ang sila.

At sa hindi inaasahang pagkakataon, makakasalubong ko rin ang grupo ng aking crush. Naging aligaga ako. 'Di ko alam kong aabante ba o aatras.

Pinalipat-lipat ko ang aking paningin sa dalawang grupo.

Nasa gitna ako ng mga taong hindi ko pinangarap na makasalubong sa pathway.

Nang bandang huli, mas minabuti ko na lang na humarap sa crystal ng department store at nagkunwaring may tinitingnan sa loob.

Pagkalipas ng ilang sandali, rinig kong lumampas na sa aking likuran ang mga babae. Unti-unti ko silang inirapan. Hinabol ng aking mga mata ang kani-kanilang mga likod.

Sa hindi inaasahang tagpo, biglang lumingon ang aking crush. Magtama ang aming mga mata. Nakadama ako ng magic—ng spark. Bumilis na naman ang pintig ng aking puso.

Kasabay no'n ang pagtugtog ng isang lovesong sa loob ng department store na dinig na dinig sa labas. 'Perfect' ni Ed Sheeran.

I found a love for me

Darling just dive right in

And follow my lead

Well I found a girl beautiful and sweet

I never knew you were the someone waiting for me

'Cause we were just kids when we fell in love

Bigla siyang ngumiti sa akin. Nagbalik din ako ng ngiti sa kanya. Hindi talaga ako makapaniwalang mangyayari ito ngayon.

Ngunit ang ngiting iyon ay napalitan ng pangamba. Bigla kasing sumulpot sa eksena ang lalaking naglalaro ng volleyball.

Nakangiti ito sa akin. Pero ang ngiting iyon ay may halong pang-aasar. Nakikita kong may masama itong balak sa akin.

Kahit saan, kontrabida talaga ang lalaking ito sa buhay ko!

Hindi ko na napansin ang paglayo ng grupo ng crush ko.

Nanatili lang ako sa aking kinatatayuan. Napaduko, walang imik at nagbabait-baitan. Ramdam ko ang kaba sa aking dibdib.

Papalapit nang papalapit sa akin ang grupo ng mga lalaking iyon. Parang may binabalak na mam-bully ngayong araw.

Nang makalapit na sila, hinawakan ng lalaki ang aking baba at itinaas ito at hinarap sa kanyang mukha.

"Hoy quiet boy, kapag kaharap mo ako, tumingin ka sa akin ng diretso. Bakit ang lagkit-lagkit ng titig mo kay Maxine? May gusto ka sa kanya, 'no?"

Umiling ako. Gusto kong ipaabot na hindi tama ang sinasabi nila. Kahit 'yon naman talaga ang totoo.

"Hindi raw," sabi ng isa.

"At isa pa pala, doon kanina sa ground. Bakit ang tamad-tamad mong ibalik 'yong bola? 'Di ka ba natatakot sa amin... sa akin?"

Tamad daw? Ako pa pala ang tamad sa lagay na iyon! Siraulo! Ikaw ang tamad! Alam ko naman hindi nila 'yong maririnig.

Nakita kong suminyas ang lalaki sa kanyang mga kasama para gapusin ako. Lumapit nga ito at ginapos ako ng kanilang mga bisig.

Pumalag ako ngunit malakas ang mga nakayakap sa akin.

Plano ng lalaking hubaran ako ng aking school pants. Pero bago niya iyon ginawa, sinapo niya muna ang aking alaga. Bisexual yata ito.

Pero bago nila naisakatuparan ang kanilang plano, may isang pulis na lumapit sa amin.

"Ano 'yan?" dinig kong usisa ng pulis.

Nagsitakbuhan ang mga tarantado.

"Okay ka lang ba, Kib?"

Inangat ko ang aking ulo at inalam kung sino siya. Bakit kilala niya ako?

Si Kuya Sic!

Si kuya, nagsasalita? Akala ko pati siya tulad ko rin. Nagulat ako sa aking natuklasan.

"Tara na. Akin na ang bag mo. Huwag mong sabihin kina mama at papa na nag-usap tayo, ha?"

Tumango ako bilang pagsang-ayon.

———

NAKAHIGA ako sa kama habang tutok na tutok sa kisame ang mga mata. Ngunit wala roon ang aking isip, naglalakbay ito sa kung saan-saan. Hindi naman ako nagsasawang gawin iyon, kasama ko kasi sa pagalalakbay ang aking prinsesa.

Nag-e-echo pa rin hanggang ngayon sa aking isipan ang sinabi ng lalaking nam-bully sa akin doon sa harap ng department store, nang sabihin niya ang pangalan ng aking crush—"Maxine."

Maxine. Maxine. Maxine. Paulit-ulit kong sambit sa aking isipan. Natagpuan ko na lang ang sarili na ngumingiti.

Gabi na ngunit 'di pa rin ako dalawin ng antok. Pinipilit kong pumikit upang makatulog ngunit sumisiksik sa utak ko ang nakabibighaning imahe ni Maxine. Nalipos ng kanyang mga ngiti ang aking imahinasyon. Binubulabog ang aking damdamin. Pinapagising niya ng kanyang tinig ang aking diwa.

Pinagalitan ko ang aking sarili. Pinilig-pilig ang aking ulo upang iwaksi sa utak ang kanyang imahe. Kailangan kong matulog. Kailangan ko nang magpahinga.

Upang makalimutan muna si Maxine, nilibang ko ang aking sarili sa facebook. Iyon lang ang huli kong natandaan, kasi nakatulog na ako.

"MAXINE, please. Mahal kita, alam mo 'yon," sabi ko habang lakad-takbo na sumusunod sa kanya roon sa playground. Galit na naman kasi siya sa akin.

Tumigil siya sa paglalakad at hinarap ako. "Mahal? Anong klaseng pagmamahal, Kib, ha?! Matapos kitang tanggapan, unawain at mahalin, tapos 'yong ending, iba pala ang gusto mo!" Nakita kong umiiyak na siya. Mabilis niya iyong pinahid ng kanyang kamay.

"Let me explain, please. . ."

"No, Kib! Sapat na ang nakita ng dalawa kong mata. Sweet na sweet pa nga kayo, eh. Sana naman ang ipinalit mo sa akin, babae rin. Kaso, lalaki. Lalaki, Kib!"

Alam ko na kung bakit siya nagagalit. Nagseselos pala. Nagulat din ako sa pinagseselosan niya.

"Kaya nga ako nagpapaliwanag, eh. Please, ako muna."

Tumalikod siya at batid kong hinihintay niya ang aking paliwanag.

"Wala kang dapat ipagselos. And FYI, I'm not a gay." Malutong akong tumawa.

"Liar. . ." sabi niya sa mahinang boses.

"He's my Kuya Sic. Siya ang kuya ko. Masama ba sa magkakapatid na maging sweet sa isa't isa kahit kupawa lalaki pa? Wala akong nakikitang mali. Cute pa nga eh, 'di ba? Parang Glester at Japet Capuno lang. Puwede ring Jason at Enzo Ortiz."

Nakita kong marahan siyang humarap sa akin. May pagsusumamo ang kanyang mga mata.

"Ibig sabihin, kuya mo siya? Bakit hindi mo agad sinabi, ha?" baby talk nito.

Nagkibit-balikat lang ako habang nakangiti.

Nilapitan ko siya at niyakap nang mahigpit at kumalas din agad. Nagkatitigan kami at ang tumatakbo sa aming mga isipan ay iisa lamang. Iyon ay ang hagkan ang labi ng bawat isa.

MALAKAS na tumunog ang alarm buhat sa aking cellphone. Umaga na pala. Sa sobra kung pag-iisip kay Maxine, kahit sa panaginip, nandoon din siya.

Palagi na lang akong masaya sa panaginip. Lagi na lang pananginip...

Bumangon na ako mula sa pagkakahiga at tumuloy sa banyo upang maligo. Sandali lang ako roon.

Pagkatapos kong magbihis ng school uniform, sinipat ko muna ang aking relo upang alamin kung late na ba ako. Hindi pa naman, kasi 6:32 pa lang, samantala 7:30 pa ang klase ko.

Habang pababa ako sa hagdan, may naulinigan akong nag-uusap sa sala. Tumigil muna ako sa aking kinatatayuan at nakinig sa kanilang usapan. Alam kong hindi nila ako napansin.

Dinikit ko ang aking katawan sa dingding at masinsing nakinig sa usapan ng mga taong nasa sala.

Mahina ang kanilang mga boses. Parang sinadya nilang hinaan upang hindi sila marinig. At alam kong ako 'yon.

Kilala ko ang boses ni Kuya Sic dahil narinig ko na 'yon. At alam kong sina mama at papa ang mga kausap niya.

Niloloko lang pala nila ako! sabi ko sa aking sarili.

Hindi ko alam ngunit tumagas ang dalawang butil ng luha sa aking mga mata. Nasasaktan ako. Nagagalit at maraming mga tanong sa isipan.

Mabilis kong pinahid ang aking mga luha.

Parang gusto kung magwala ngunit hindi ko magawa.

"Papa, I think he's okay now. Huwag na tayong masyadong mag-alala sa kanya. Makaka-recover din siya," rinig kong wika ni Kuya Sic.

Sinong makare-recover? Ako? May sakit ba ako?

Bumalik ako sa kuwarto at pinayapa ang sarili sa harapan ng salamin. Nang medyo gumaan na ang aking pakiramdam, lumabas na ulit ako. Nilakasan ko ang pagsara ng pintuan upang marinig nila na pababa na ako at tumigil na sila sa kanilang pag-uusap.

Magkukunwari akong wala alam at narinig.

Pagkababa ko, wala na nga sila sa sala. Tumuloy ako sa lamesa at kumain ng almusal na nakahain na roon at pagkatapos ay umalis na patungong school.

Sa totoo lang, hindi ako pumasok. Ngayon ko lang 'to ginawa. Hinubad ko ang aking uniform at inilagay sa bag. Naka-white t-shirt lamang ako.

Pumunta ako sa park at inubos doon ang aking oras sa kamamasid sa maraming bagay.

Umupo ako sa bench na naroon.

Naalala ko ulit ang usapan nila kanina. I hate you, mama, papa! I hate you, kuya!

Sobra akong nasaktan sa ginawa nila sa akin. Bakit kailangan pa nilang magkunwaring hindi nagsasalita at pati ako ay dinamay nila?

Ano'ng kasalanan ko sa kanila? Bakit ako nila ginaganito?

Habang ako nagdadrama, natanaw ko mula sa aking kinauupuan si Maxine. Nag-iisa siya habang nakaupo sa picnic mat sa hindi kalayuan. Hindi siya naka-uniform. Ibig sabihin, nag-absent din siya tulad ko.

Palagay ko, kailangan ko ng karamay na dadamay sa aking nararamdaman. Tama! Siya ang kailangan ko.

Akma na sana akong tatayo upang puntahan siya at kausapin kahit nahihiya pa at hindi kami masyadong magkakilala, nang biglang may dumating na lalaki—si Kuya Sic!

Dali-dali akong tumayo at tumago sa likod ng malaking puno na malapit doon.

Nag-isip muna ako sandali. Tama ba ang nakita ko?

Sumilip ako sa puno upang siguraduhing si Kuya Sic talaga ang nakita ko o baka kamukha lang.

Siya talaga!

Si kuya siguro ang boyfriend ni Maxine?

Napaluha ako sa hindi ko malamang dahilan. Sagana iyon.

Mahal kita Maxine. . . Mahal na mahal.

Doble-doble ang sakit na aking nararamdaman ngayon. Kaya hindi mawala sa aking ang mag-self-pity.

Talunan ako! Walang kuwenta! Pabigat!

Napaupo na lang ako sa likod ng puno at sinubsob ang aking mukha sa gitna ng aking mga binti.

Hindi ko mapigilang patuloy na umiyak dahil sa sakit at lungkot dito sa aking dibdib.

NAGKULONG ako sa kuwarto buong araw ng Sabado. Gusto kong iparamdam sa kanilang galit ako. Alam nila 'yon kapag gano'n na ang ginagawa ko. Pero parang hindi yata effective.

Sinapo ko ang aking tiyan, gutom na ako. Kahapon pa iyon.

Marahan kong tinungo ang pinto at binuksan iyon. Sandali akong nagmasid sa paligid at nakinig kong meron bang tao sa baba. Parang wala naman.

Dahan-dahan akong bumaba sa hagdanan at hindi lumikha kahit ni konting ingay. Tumuloy ako sa kusina at binuksan ang refrigerator. Batid ko kasing may naitabi si mama roon na puwede kong kainin kapag nagutom ako. Ang pangalawang layer ng refrigerator, bawal iyon galawin kahit si Kuya Sic pa. Alam kasi namin sa bahay na lahat na nandoon ay para lamang sa akin.

Nakita kong maraming pagkain sa pangalawang layer. May note pang nakalagay. 'Kib, anak, kain ka na, please.'

Napangiti ako. Ang sweet talaga ni mama.

Kinuha ko roon ang paborito kong piniritong isda at kanin. Pumunta ako sa mesa at kumain na. Parang gutom na gutom akong aso kung paano ko lantakan ang nakahain sa ibabaw ng lamesa dahil sa gutom.

Napapansin ko lang, napakatahimik ang buong bahay. Saan kaya sila?

Sa pagkakaalam ko, walang opisina si papa kasi Linggo. Day-off din ni Kuya Sic. Si Mama naman ay laging nasa bahay lang at inaasikaso ako. Ngunit saan sila ngayon?

Nang matapos kumain, hinugasan ko ang aking pinagkainan. Habang ako'y naghuhugas ng baso, isang malakas na kalabog ang aking narinig na nagpasindak sa akin.

Nilapag ko muna ang baso at pasimpleng sumilip sa may pintuan mula sa lababo.

Nasagip ng aking mga mata ang bukas na dahon ng pinto.Gumagalaw-galaw pa ito. Mukhang may pumasok doon at siguradong pasipa ang pagbukas nito. Iyon siguro ang malakas na kalabog na narinig ko kanina.

Binalot na ako ng kaba. Baka magnanakaw ang nakapasok!

Nahagip ko sa isang sulok ang walis tambo. Kinuha ko ito upang gawing pamalo kung sakali man.

Tahimik akong nagmasid sa paligid habang marahang lumalapit sa pintuan.

Nagulat ako sa aking nakita—mga patak ng dugo.

Mula sa pintuan, sinundan ko ang mga patak hanggang sa sala. Napatda ako sa aking naabutan.

Si Kuya Sic! May saksak! Maraming saksak sa tiyan!

Hindi ko alam ang gagawin. Hindi ko batid kong papaano humingi ng tulong. Tumutulo na rin ang aking mga luha.

Nakahiga si Kuya Sic sa sofa. At halata sa kanyang mukha ang sakit na nararamdaman. Nakikita ko ring mabilis tumagas ng kanyang dugo sa sahig.

Napansin kong hinugot ni kuya ang kanyang cellphone at inabot sa akin. "I-chat mo sina P-Papa at M-Mama, Kib." Iyon ang unang utos niya sa akin.

Inabot ko ang cellphone at nag-chat sa GC upang humingi ng tulong.

Mabilis namang dumating sina papa at mama, kasi naroon lang naman pala sila sa likod ng bahay.

Pagkakita ni mama sa duguang katawan ni Kuya, napasigaw agad siya. "Owwsic, what happened to you?!" Sinapo ni mama ang ulo ni Kuya.

Dumalo rin si papa habang hawak nito ang kanyang cellphone habang tumatawag ng responders. "Emergency, please. We need ambulance. ASAP!" Matapos sabihin ni papa ang address, binaba na niya ang cellphone.

Pasimple akong nagdistansiya sa kanila. Hindi napansin nina papa at mama na nagsasalita na pala sila sa harapan ko.

Kahit alam ko namang nagsasalita nga talaga sila, pero iba ang sakit kapag naaktuhan mo na ang mga katagang binibigkas ng kanilang mga bibig. Nakalimutan nila ang kanilang lihim sa akin.

Niloko lang nila ako.

Siguro napansin din nilang lumayo ako sa kanila ng ilang hakbang. Tiningnan ako nina mama at papa. Nangungusap ang kanilang mga mata sa aking mga mata.

Noon pa lang nila na-realize na nabuking ko na ang kanilang pagkukunwari.

Tumayo si papa at lumapit sa aking direksyon. Pero bago niya pa ako nalapitan, tumakbo ako palabas ng bahay. Takbo lang nang takbo, habang tahimik na tumutulo ang mga luha.

Mayamaya pa'y nakasalubong ko na ang ambulansiya. Napatigil ako bigla sa pagtakbo.

Naalala ko si Kuya Sic. Nasa lubhang sitwasyon siya ngayon at dumagdag pa ako sa problema.

Bumalik ako sa bahay ngunit wala na sila roon. Tinungo ko ang sala. Naroon pa rin ang mga dugo na galing kay Kuya Sic.

May note rin akong napansin na nakalapag sa center table. Sulat-kamay iyon ni Mama. 'Kib, sumunod ka na lang sa hospital sabi ng kuya mo. Huwag mong kalimutang i-lock ng pinto.'

Mahal ko si Kuya Sic. Kaya kahit may konting galit at tampo ako sa kanila, pupuntahan ko pa rin siya.

Malapit lang naman ang hospital sa bahay namin, isang sakay lang ng tricycle.

Pagdating ko sa hospital, nakita kong halos mamatay-matay si Mama sa kaiiyak habang yakap siya ni Papa.

Bigla akong kinabahan. Nakadama ako ng panlalamig. Ano'ng nangyari kay kuya?

Hindi ko matatanggap ang sinasabi ng aking isipan na may hindi magandang nangyari sa kanya. Hindi ko kaya. . .

Unti-unti akong lumapit sa kanila. Nakita ako ni papa kasi nakaharap ito sa akin. Nakita kong pinaupo muna niya si mama sa isa sa nakalihirang upuan sa labas ng emergency room. Hinarap niya ako at hinawakan sa magkabilang balikat at sinabing, "Wala na ang kuya mo." Sinasabi iyon ni papa habang pinabayaan niyang tumulo ang kanyang mga luha. Halata sa mga mata ang lungkot.

Pagkarinig ko no'n, biglang tumigil ang aking mundo. Tumagas ang dugtong-dugtong na luha sa aking mga mata. Hindi maalis-alis sa aking isipan ang sabi ni papa.

Wala na ang kuya mo. . . Wala na ang kuya mo. . .

Niyakap na lang ako ni papa at lumapit din si mama sa amin. Nagyakapan kaming tatlo.

Oo, tatlo na lang kami.

"Ang daya mo! Hindi pa nga kita natatawag na 'kuya', umalis ka na agad," sabi ko.

Naghiwalay kami sa pagkakayakap. Nakita kong nagulat sina papa at mama dahil nagsasalita na ako.

O, ang tamang sabihin siguro ay nagsalita na ako mula sa matagal na pananahimik.

———

"KAILAN ka pa nagsasalita, 'nak?" mahinahong tanong ni papa sa akin habang nasa garden kami at nakaupo sa bermuda grass.

Hindi ko alam ang tamang sagot sa tanong na iyon kasi sa pagkakaalam ko, hindi naman ako nawalan ng boses.

"Papa, hindi po ako nawalan ng boses. Nagsasalita na po ako kahit nandoon pa ako sa bahay-ampunan," sabi ko.

"Ha!" nagulat si papa sa aking itinuran. "Kib, 'nak, I'm sorry. Akala kasi namin hindi ka nagsasalita kasi, ilang linggo kang walang imik mula ng ampunin ka namin sa ampunan. Inakala naming pipi ka, kaya gumawa kami ng kasunduan ng mama at kuya mo na bawal magsalita kapag nariyan ka, nang hindi ka ma-out of place. Kaya gumawa ako ng GC upang doon tayo mag-usap."

"Sorry rin, papa. Kasi nang time na iyon, namimiss ko lang ang mga kaibigan ko sa ampunan." Biglang sumeryoso ang aking tono. "Alam n'yo po, papa, gustong-gusto ko po kayong tawaging 'papa' araw-araw, gano'n din sina mama at Kuya Sic. Nalulungkot ako kasi, bawal magsalita sa bahay. At takot na baka kapag sumuyaw ako, ibabalik ninyo ako sa ampunan. Gusto ko po ng pamilya—masayang pamilya. Isang maingay na pamilya." Nagsimula nang lumandas ang aking luha.

Niyakap ako ni papa. Mahigpit iyon.

"I'm sorry, Kib. I'm really, really sorry, anak. Ninakawan ka namin ng kalayaang magsalita."

Naabutan kami ni mama sa gano'ng tagpo. May dala siyang miryenda na nakalagay sa tray. I expected na cake iyon at fruit juice; iyon kasi ang paborito ko. "Tama na 'yang drama ninyong mag-ama. Miryenda muna kayo."

Nilapag ni mama iyon sa aming harapan. Umupo rin siya sa bermuda grass sa tabi ni papa.

Kami naman ni papa ay naghiwalay sa pagkakayakap at kanya-kanyang punas ng luha sa pamamagitan ng aming mga palad. Pagkatapos no'n ay parang mga batang nagtwanan.

Tumingin ako kay mama. "Mama, salamat po."

"Para saan naman, my baby boy?" Sweet talaga ng bago kong mama. 'Baby boy' pa talaga ang tawag sa akin.

"Sa lahat-lahat po. Sa pag-ampon po sa akin."

"Ah. . ." Makikita sa mukha niya ang saya. "Halika ka nga rito."

Tumayo ako at lumapit sa tabi niya. Niyakap niya ako.

"I love you, mama," pabulong kong sambit pero punong-puno ng pagmamahal.

"Hmm... Ang sarap naman sa tainga. I love you too, anak."

Naghiwalay rin agad kami sa pagkakayakap.

"Narinig ko 'yon," biro ni papa sa amin. "Bakit ako walang 'I love you'?"

Nagtawanan kami. Bumalik ako sa aking puwesto kanina.

"I love you, papa." Halos maluha kong sambit.

Nakita ko ring namuo sa mga mata ni papa ang luha dahil sa sinabi ko. Pero binaling niya ang usapan sa miryendang nasa harap namin. "Sige na, miryenda na tayo."

Masaya naming pinagsaluhan ang cake at fruit juice.

Makalipas ang ilang minuto, nagulat ako sa mga kamay na biglang tumabon sa aking mga mata. Gusto yata niyang hulaan ko kung sino siya.

Naririnig ko ring tumatawa sina mama at papa na parang kilalang-kilala nila ang nasa likuran ko.

"Hulaan mo, anak, kung sino siya," hamon ni mama.

Parang kilala ko na kung kanino mga kamay na tumabon sa aking mga mata. Kung hindi ako nagkakamali, kamay ito ni kuya. "Kilala kita. Kuya Sic, ikaw 'yan, 'no?"

Unti-unting lumuwag ang mga kamay. Hinintay ko sandaling luminaw ang aking paningin at mabilis na lumingon. Tama ako—si Kuya Owwsic nga.

Tumayo ako at niyakap siya.

"Aray!" hiyaw niya. Mabilis akong umalis sa pagkakayakap. Nakalimutan kong nagpapahilom pala siya ng kanyang sugat mula sa pagkakasaksak sa kanyang ng kawatan na nahuli niyang nagnanakaw sa kapitbahay. Nakakulong na rin ang kawatan sa piitan ngayon.

"Sorry." Parang maliit na bata akong nag-peace sign.

Akala namin habang nandoon kami noon sa hospital, mawawala na ng tuluyan sa buhay namin si Kuya Sic, ngunit may himalang nangyari. Lumabas mula sa ER ang doctor at sinabing bumalik daw ang pulso ni Kuya.

Nabuhayan kami noon ng loob. Ang saya-saya namin sa balitang iyon. Ang labas ng ER ay napuno ng iyakan dahil sa tuwa. Buhay si Kuya Sic.

Habang nakaharap ako kay kuya, nairapan ko sa may pintuang patungo sa garden si Maxine. Akala ko baka nagmamalikmata lang ako, kaya nag-second look ako. Siya nga—si Maxine nga.

Ano'ng ginagawa niya rito sa bahay namin? Ay oo nga pala, girlfriend pala siya ni kuya, isip ko.

"Kib?" tawag ni mama.

"Po?" Nilingon ko si mama.

"Puntahan mo na si Maxine. Siguradong miss na miss ka na niya," utos ni Mama.

Nagtataka ako. Bakit naman ako nami-miss ni Maxine? Ano bang mayroon? Baka magalit sa akin si Kuya.

Naguguluhan na ako sa mga nangyayari. Kaya naman, bigla akong nahimatay sa kandungan ni Papa. Ang huli kong narinig ay nagkagulo na silang lahat doon sa garden.

MAKALIPAS ang ilang araw, naging maayos na ang lahat. Bumalik na rin ang aking lakas.

Isa-isang inikuwento nila sa akin ang mga nangyari noon. Nabangga raw ako ng sasakyan sa harapan ng school at halos dalawang linggong nawalan ng malay sa hospital. Nakaranas din daw ako ng temporary amnesia kaya hindi ko maalala si Maxine at nawalan din ako ng boses.

Kailan lang pala pinatupad ang batas na bawal sa bahay namin magsalita no'ng hindi na ako makapagsalita dahil sa aksidente. 'Yong kuwento ni papa na inakala nilang pipi raw ako ay hindi 'yon totoo. Gawa-gawa niya lang daw iyon dahil takot lang siyang sabihin sa akin ang totoo at baka hindi pa ako handa.

Hindi ko na lang iyon inisip. Ang mahalaga ngayon ay alam ko na ang lahat. And yes! Puwede na akong magsalita. Puwede na akong sumigaw sa loob ng bahay. Matatawag ko ng papa si papa, mama si mama at kuya si Kuya Sic.

At ang pinakamasayang bahagi, ang mapadama ko ulit kay Maxine ang aking pag-ibig.

Araw-araw, naging masaya na ang bahay ko.

Si Kuya Sic, nakabalik na rin sa kanyang trabaho bilang pulis.

Muling nabuhay at muling umingay ang tahimik naming mundo dahil sa akin.

Wakas.

Tres Caras

PUMARA sa harap ng isang sikat na five star hotel ang isang bridal car. Iniluwa nito maya-maya ang isang lalaking naka-amerikana at inalalayang bumaba ang isang babaeng naka-wedding gown.

Mukhang nag-slow motion ang lahat habang sinasaliwan ng kanta nina Moira at Jason na 'Ikaw at Ako' ang tagpong iyon.

Nakangiting sinalo ni Diego ang kamay ng kanyang bagong asawa. Nagsukli rin ng ngiti si Jenzen sa guwapong asawa, mga ngiting punong-puno ng saya at kahulugan.

Parang hindi pa rin makapaniwala si Diego na asawa na niya ngayon ang babaeng pangarap niya lang noon. Kahit ilang beses na silang nag-kiss sa harap ng pastor kanina, parang gustong-gusto pa rin ulit-ulitin iyon ni Diego. Matagal na niya kasi itong hinintay na maangkin ang mga labi ng kasintahan. At matupad na iyon sa loob ng simbahan kanina at maaaring mauulit pa iyon mamaya sa loob ng kuwarto na kinuha nila sa hotel na iyon.

Nang makalabas na sa bridal car si Jenzen, binuhat siya ni Diego gaya sa mga nakikita niyang ginagawa ng groom sa bago nilang asawa.

Nagulat sandali si Jenzen. Hindi niya inaasahang gagawin iyon ng asawa sa kanya. Hindi pa sana siya papayag na gawin iyon sa kanya ngunit napangko na siya ng lalaki. Nahampas niya na lang ito sa balikat at nag-alay ng simpleng ngiti. "Sira ka talaga, bakit may ganito pa?"

"Para romantic," mabilis pero puno ang paglalambing na sagot ni Diego.

Tumawa lamang si Jenzen.

Dinala ni Diego ang asawa sa harap ng counter ng hotel upang kunin ang kanilang susi sa kinuha nilang room. Buhat-buhat niya pa rin ang kasintahan. Hindi naman kasi kalakihang babae si Jenzen. Sexy ito at bagay ang kanyang ganda sa matsong asawa.

Maya-maya ay nagpalakpakan ang mga staff ng hotel na iyon bilang pagbati para sa bagong kasal.

Ngumiti lang sila bilang tugon sa mga bumati.

May lumapit na isang staff sa kanila. "Congratulation, sir and ma'am. Salamat po at dito ninyo piniling mag-honeymoon sa aming hotel. Dahil po riyan, for one week po ninyong pamamalagi rito, libreng na po ang inyong unang araw."

Nagpasalamat naman sila.

Hindi na sila tumagal pa sa lobby kasi kanina pa nasasabik si Diego sa gusto niyang gawin sa kanyang bagong asawa. Matagal-tagal na rin siyang nagtitimpi at nagtitiis, pero ngayong gabi ay paliligayahin nila ang bawat isa hanggang mag-umaga.

Kalong pa rin ni Diego ang asawa kahit nasa loob na sila ng elevator. Nasa third floor kasi ang room nila. Gusto ni Diego na bago niya ilapag ang asawa, dapat nasa kama na sila.

Nakayapos naman ang mga bisig ni Jenzen sa leeg ng asawa. Panay-panay ang halik nito sa pisngi ng lalaki. Isang bagay na gustong-gusto naman ni Diego.

Nang nasa tapat na sila ng kanilang room, si Jenzen ang bumukas no'n sa pamamagitan ng susi. At nang nabuksan na ang pinto, mabilis silang pumasok. Pininid agad ang pinto at biglang nagkagulo sa loob.

"Dahan-dahan lang, mahal," bulong ni Jenzen. "Aray!"

———

SIX years ago. . .

Lasing na umuwi si Diego sa kanyang condo unit dahil nang araw na iyon ay nakipaghiwalay si Rica sa kanya. Limang taon ding naging girlfriend niya dalaga.

Aminado naman si Diego na nauubusan na siya ng oras sa kanyang girlfriend dahil sa kanyang pag-aaral bilang seaman. Hindi niya kasi kayang pagsabayin ang oras ng pag-aaral at ang love life.

Nagpaliwanag naman siya ngunit nagdesisyon na si Rica na makipag-break up na.

Masakit man para sa kanya, tinanggap niya ang pasya ng dalaga.

Galing sa school nang hapong iyon si Diego at dumiretso siya sa bahay ng kanyang high school friend at niyaya niya ito ng inuman.

Nakaubos sila ng dalawang case kahit dalawa lang sila. Pagkatapos, nagpasya na si Diego na umuwi na sa kanyang unit.

Nagpahatid siya ng taxi sa tapat ng building at pasuray-suray na tinungo ang elevator.

Hinintay niya itong bumukas at maya-maya nga ay bumukas na nga. Nang pagpasok niya, may nakasabay siyang babae.

Dumiretso siya sa kabilang sulok at sa kabilang sulok naman ng elevator ang babae.

"Fifth floor, please. . ." isang utos iyon mula kay Diego para sa kanyang kasama sa loob ng elevator. Hindi na niya kasi kayang iunat ang kamay upang pindutin ang botton dahil sa kalasingan. "Please. . ."

Masunurin namang sumunod ang babae kahit napipilitan.

Maya-maya ay unti-unting napasandal ng upo si Diego sa floor ng elevator. Nakapikit na ang mga mata. Para siyang isang paslit na natutulog lang sa kung saan-saan.

"'Yan kasi iinom-inom, hindi rin pala kaya," bulong ng babae.

"Na-Naririnig kita, Miss," pasidong sabi ni Diego. "Alam mo ba kung bakit ako naglasing ngayon?" Hindi man lang siya nagmulat ng mga mata.

"Hindi ako interesado sa kuwento mo, Mister. In first place, hindi kita kilala at hindi mo rin ako kilala."

Pero hindi pa rin nagpaawat ang lalaki, nagkuwento pa rin siya. "Heto, ho." Itinuro niya ang kanyang dibdib. "Sinaktan ng mahal ko. Kasalanan bang magseryoso ako sa pag-aaral at napabayaan ko lang siya dahil doon? Unfair!"

Napatingin ang dalaga sa mukha ng lalaki. Nababatid niyang sincere ang binata sa mga sinasabi nito dahil sa tono ng pananalita nito. Kahit nakapikit pa, nakita niyang umagos mula sa mga mata nito ang saganang luha.

"Unfair lang! Para naman sa future namin 'to, eh!"

Tahimik lamang na nakikinig ang babae sa kuwento ni Diego. Biglang nakaramdam siya ng awa para rito. Kanina, hinusgahan niya itong lasenggero, pero sa likod pala ng paglalasing nito ay isang preskong sugat. Hindi pala lahat na nagwawalwal ay masaya, ang iba sobrang wasak na at gusto lang mabuo ulit sa pamamagitan ng epekto ng alak.

Maya-maya ay tumunog ang elevator. Indikasiyon na 5th floor na at kapuwa na silang bababa kasi sa 5th floor din nakatira ang babae.

"Mister, Mister, dito na po tayo," gising niya.

"'Wag kang magulo, Rica, natutulog ang tao, eh." Akala siguro ni Diego ay nasa kanyang kuwarto na siya nakahiga.

"Rica ka riyan. Halika na nga." Kinuha ng babae ang baso ni Diego at isinablay sa kanyang leeg at inalalayan palabas sa elevator. "Ano ang room number mo?"

"143," halos pabulong na wika ng lalaki.

"143, 143 ka riyan. Walang 143 sa floor na ito."

"I mean, I love you, Rica."

Tarantado rin pala ang isang 'to, sabi niya sa isip. "Hoy, hindi ako si Rica mo, ako si Jenzen, ako ang nakatira sa room 500. Ikaw, anong room mo?"

Hindi na tumugon si Diego. Tuluyan na itong nakatulog sa balikat ng babae.

Wala namang nagawa si Jenzen, kung hindi ay patulugin sa unit niya ang lasing na guwapong lalaki. Hindi niya kasi alam ang unit nito. Sa dami ba naman ng kuwarto roon, alangan namang isa-isahin niya pang buksan o katukin ang bawat pinto upang alamin lang ang unit nito.

Nang makapasok na sila sa kuwarto ni Jenzen, nilapag niya lang ang lalaki sa sofa.

"Kawawang nilalang. Sa guwapo mong iyan, nakuha ka pang iwanan? Ang malas niya. Kung ako sa kanya, ikaw 'yong tipong pinapakasalan." Pinilig-pilig niya ang kanyang ulo habang nakapamaywang. "Matulog ka na, broken hearted man."

"I love you," pabulong na wika ni Diego at bumalikwas sa sofa upang ibahin ang posisyon sa pagkakahiga. Tulog pa rin siya.

Namumula ang pisngi ni Jenzen. Hindi niya kasi alam kung sa kanya ba nag-'I love you' ang lalaking o baka para iyon sa Rica na binabanggit nito kanina.

Pinilig na lang niya ang ulo at tumungo na sa kanyang kuwarto para matulog na rin.

Sana para na lang sa akin 'yon, ani sa sarili. "Ambisyosa."

BITBIT na ni Diego ang kanyang mga pinamili at lumapit na siya sa counter upang bayaran ito.

Dumugtong siya sa pila dahil may tatlo pang mas nauna sa kanya. Hindi naman siya nagmamadali, kaya hihintayin niya ang oras na para sa kanya.

Sandali pa'y lumingon ang babaeng kanyang sinusundan. Nagtama ang kanilang mga mata. At nag-second look pa ito sa kanya na para bang kilala siya nito. Pero siya, hindi niya matandaan kung magkakilala ba sila o nagkita na sa kung saan.

"Kumusta ka na, brokenhearted ka pa rin ba?" nakangiting tanong ng babae. Parang kilalang-kilala siya nito.

Parang sira ang babaeng ito, ah! Ano'ng paki mo kong brokenhearted ako? Close ba tayo? pagsusupalpal niya sa kanyang isipan. Nginitian niya lang ito, ngunit deep inside, naiinis na siya. Feeling close kasi ang babaeng ito.

Aminado si Diego na maganda ang babaeng nasa harapan niya. Kahit nawewerduhan pa siya, hindi niya maikakailang nagka-crush na agad siya rito. Na-crush at first sight siya. Pakiramdam niya ay parang nagkita na sila dati, pero hindi niya lang maalala kung kailan at saan.

Upang maliwanagan ang kanyang isipan, bakit hindi niya subukang tanungin ito? Total, narito naman ito sa kanyang harapan.

"Excuse me, ma-magkakilala ba tayo, Miss?" magalang niya pa ring tanong kahit kanina ay may konti siyang inis para rito.

"Ang bilis mo naman makalimot sa ating nakaraan," masayang turan ng babae.

Napansin ni Diego na nagngitian ang mga nakarinig sa kanila. Binigyan agad ng kulay ng mga ito ang sinabi ng babae.

Nakaraan? How come? Si Rica lang ang minahal ko.

Dugtong pa ng babae, "'Di ba niligawan mo ako noon?"

Mas lalong lumabo ang lahat sa isipan ni Diego. Tatanungin pa sana niya ito ngunit ito na pala ang susunod na magbabayad. Naguguluhan talaga siya kung kailan niya niligawan ang babaeng ito. Dahil sa pagkakaalala niya, hindi niya ito kilala.

Seriously!

Pagkatapos nang magbayad ang babae, umalis na ito agad. Hindi man lang ito nagpaalam sa kanya.

Parang nais madaliin ni Diego ang babae sa counter upang mahabol niya pa ang babae. Marami pa siyang tanong dito. Ngunit hindi niya iyon ginawa dahil nakakahiya. Baka isipin pa nilang may relasiyon talaga sila ng babaeng iyon. At isa pa, bakit ba siya interesadong malaman kung nagsasabi ba ng totoo ang babaeng iyon tungkol sa kanyang panliligaw.

Hinabol nga ito ni Diego, ngunit may ka-holding hands na ang babaeng iyon nang naabutan niya sa labas ng grocery store. Boyfriend yata niya iyon.

Dahil sa kagustuhang malaman ang katotohanan tungkol sa sinabi ng babae sa kanya kanina roon sa counter, sinundan niya ito hanggang sa pag-uwi nito. Naghiwalay na rin sila ng lalaking ka-holding hands nito kanina, kaya mag-isa lamang ito. At nagulat siya sa kanyang natuklasan, iisang building lang pala ang tinutuluyan nila.

Patuloy niya lang itong sinubaybayan. Nagmumukha na siyang espiya. At mas lalo pa siyang nagulat nang malaman niyang magkatabi lang pala ang kanilang unit ng babae. Sa tinagal-tagal niyang nanirahan doon, ngayon niya lang nalamang may magandang dilag pala siyang kapitbahay.

Baka bagong lipat lang, paliwanag niya sa kanyang isipan.

Sa kasamang-palad, nakita siya ng babae. Hindi naman ito nagulat. Huminto muna ito sa pagbubukas ng pinto nito at hinarap siya. "Sigurado, hindi mo na ako matandaan, 'no?"

Pinilig-pilig ni Diego ang kanyang mga ulo. Pahiwatig na tama ang sinabi ng babae. Hindi niya talaga matandaan kung sino ito.

"Tanong lang, ha. Curious kasi ako kung paano nangyari 'yon. Talaga bang niligawan kita noon?"

I wish, pagsusumigaw ng isipan ni Jenzen. "Joke ko lang 'yon. By the way, I'm Jenzen. Magkapitbahay lang tayo. Bagong dating ko lang last night galing bakasiyon kaya hindi mo ako nakikita rito palagi. At oo nga pala, ako 'yong tumutong sa 'yo noong malasing ka. Natulog ka pa nga sa unit ko. Remember?"

"Really? It was you? Hindi eh, hindi talaga kita maalala." Naalala niyang nalasing siya noong nakipaghiwalay sa kanya si Rica, pero hindi niya maagilap sa kanyang isipan ang Jenzen na ito.

"It's okay. Hindi naman iyon big deal kung hindi mo talaga maalala."

"Anyway, akala ko pa naman, totoong niligawan talaga kita noon. Joke lang pala 'yon. Sayang, totohanin ko na sana ngayon. Kaso. . ."

Namula ang mga pisngi ni Jenzen. Hindi niya inaasahang sasabihin ito sa kanya nang harapan ng kanyang crush for five months na mula nang malasing ito. Sana hindi niya na lang sinabing joke iyon para ligawan talaga siya nito for real. "Ha? What do you mean? Anong kaso. . ."

"Kaso, may boyfriend ka na pala."

Pagak na napatawa si Jenzen. "Ano? Boyfriend? Joker ka rin, ano? Wala akong boyfriend." Gusto mo, ikaw na lang!

"Eh, sino 'yong ka-holding hands mo roon sa labas ng grocery store kanina? 'Di ba boyfriend?"

Napangiti si Jenzen. "Yes, boy na friend. Ah, si Kystal iyon. Bestfriend ko na beki. Parang lalaki lang tingnan kasi takot pang mag-come-out, pero bakla 'yon."

"So?"

"Anong so?"

"So, pwede kitang ligawan for real?"

Ngumiti lamang si Jenzen. Ang haba ng buhok ko.

Ngunit may babaeng biglang dumating sa likuran ni Diego. "What is this all about?"

KASALUKUYAN...

Isang buwan nang buntis si Jenzen. Ang ibig sabihin lang noon ay kailangan na nilang mag-ipon para sa panganganak nito.

May konting ipon na rin naman sila sa bangko subalit hindi iyan sapat sa mga susunod pang kakailanganin nila pagkatapos lumabas na ang bata.

Walang trabaho ngayon si Jenzen, kasi pinatigil muna siya ni Diego nang malamang nagdadalangtao.

Sakto namang tinawagan si Diego ng kanyang kompanya, na kailangan na niyang sumakay sa barko. Nagdadalawang-isip pa siya kung sasapa ba sa barko o maghanap na lang ng ibang trabaho na malapit lang sa kanilang bahay. Naiisip niya kasi, kung sasakay siya ng barko, maiiwan niyang mag-isa ng kanyang asawang buntis at walang tutulong dito kung sakaling may mangyari man.

Kung maghahanap naman siya ng ibang trabaho tulad ng pagwi-waiter o gasoline boy, hindi sasapat ang kikitain niya upang makaipon sa panganganak ng asawa. Hindi tulad sa pagbabarko ay malaki-laki ang susuwelduhin niya.

Nag-aalala man si Diego para sa asawa, mas pinili niyang sumakay sa barko. Tinawagan niya na lang ang kanyang kapatid na babae na ito muna ang pansamantalang magiging kasama ni Jenzen sa kanilang bahay habang wala siya. Close naman sila ng asawa nito. Sa katunayan nga, pabor na pabor itong kapatid niya kay Jenzen noong unang magkita ang mga ito sa condo unit ni Diego. Iyon ang oras na nalaman ni Diego na si Jenzen pala ang tumulong sa kanyang noong nalasing ang binata.

Pumayag naman si Jenzen sa naging desisyon ng kanyang asawa. Batid niyang para naman ito sa kinabukasan nila.

May isang linggo pang natitira bago sumampa sa barko si Diego, ngunit dumating na agad mula sa probinsiya ang kapatid nitong si Abe.

Halatang excited si Abe sa bago nitong tirahan. "Finally, hindi na putol-putol ang signal ng internet. Sa Tablas kasi, nakaka-stress. Parang pagong ng internet doon. Diyos ko, magwawakas na ang 'Ang Probinsiyano', ang internet, loading pa rin."

"Mabuti naman, Abe, at pumayag kang samahan mo muna si Ate Jenzen mo rito?" wika ni Diego habang nasa hapag-kainan sila.

"Aba, opo naman, Kuya. Malakas ka kasi akin, eh. Pero mas malakas pa rin si Ate Jenzen sa akin, 'no."

"Sipsip ka talaga sa ate mo, 'no?"

Tumawa lamang sila at nagpatuloy na sa pagkain.

Dumating ang araw na aalis na si Diego. Isang matamis na halik ng iniwan niya sa labi ni Jenzen at sa noo niya naman hinalikan ang kapatid.

"Ano ba iyan? Nakaka-lola naman ang halik mo, Kuya. Puwede bang sa pisngi na lang? Char. Ingat ka, Kuya," birong may kasamang paalala ni Abe.

Lumapit ulit si Diego sa asawa at lumuhod upang kausapin ang tiyan nito. "Anak, alis muna si Daddy, ha? Maghahanap muna ako ng pera para sa gatas at diaper mo."

"Sira!" nakangiting usal ni Jenzen. "Hindi ka pa naririnig niyan. One month pa lang 'yan, hindi pa 'yan buo."

Tumayo si Diego at hinalikan ang asawa sa labi nito. "Ingatan mo ang baby natin, ha?"

"Oo naman. Ikaw, mag-iingat ka rin. Sana bumalik ka sa piling kong malakas at buo."

"Siyempre naman, para sa 'yo, mahal. Siya, aalis na ako." Humakbang na si Diego at sumakay na sa taxi.

Hinatid naman nina Jenzen at Abe ng tingin ang taxi na iyon hanggang nawala na sa kanilang paningin. Pagkatapos ay pumasok na sila sa loob ng bahay.

TATLONG araw ang mabilis na lumipas. Kahapon lang ay kausap pa ni Jenzen ang asawa sa pamamagitan ng video chat, ngunit ngayon ay hindi niya ito ma-contact. Siguro ay nakasakay na sa barko at walang signal doon. Nauunawaan naman niya iyon.

Tatlong araw pa lang nga ang nakalilipas, miss na miss na niya agad ang asawa.

Lampas isang buwan pa lang naman ang kanyang dinadala, kaya para malibang siya at mawala ang kanyang pagkasabik sa asawa, nagtatanim sila ng mga bulaklak ni Abe sa kanyang munting harden.

Bawat umaga, sa paggising niya, ito ang kanyang pinupuntahan dahil pakiramdam niya ay gumagaan ang kanyang pakiramdam kapag nakikita niyang namumulaklak na ang mga ito. Palagay niya nga, ang mga ito ang pinaglilihian. Hindi na masama.

Lumipas pa ang isang linggo, unti-unti nang naka-adjust si Jenzen. Sabi niya sa kanyang sarili, umalis man si Diego pero babalik din ito sa kanya sa tamang panahon.

Umalis ito para sa kanilang future. At masaya siyang masipag na asawa si Diego at hindi pabaya sa pamilya. Siya na yata ang pinakasuwerte sa pamilya nila, kasi nakahanap siya ng taong mahal siya at mahal niya.

Maya-maya ay dumating sa harden si Abe. May dala itong dalawang baso ng juice at ibinigay ang isa sa kanyang Ate Jenzen.

"Salamat."

Mahaba-haba na rin ang kanilang napag-usap nang marinig nila ang doorbell na naroon sa may gate. Nagkatinginan silang dalawa dahil wala naman silang inaasahang bisita nang araw na iyon.

Si Abe ang tumungo roon at marahang binuksan ang gate. Nagulat siya sa kanyang nakita kung sino ang napagbuksan.

"Kuya!" gulat na gulat niyang sambit. Ang buong akala niya, nakasakay na ito sa barko. "Pasok po."

Halata sa mukha ni Diego ang pagkadismaya. Nakalaylay ang dalawa nitong balikat na pumasok sa gate.

"Ate, si Kuya Diego, nandito po!" rinig ni Jenzen na hiyaw ni Abe.

Naibalik ni Jenzen ang juice sa baso mula sa kanyang bibig.

Impossible! sigaw ng kanyang isip. Nakasakay na siya sa barko. Paanong. . .

Tama nga, si Diego nga ang papalapit sa kanya sa harden. Tumayo siya at sinalubong iyin ng mahigpit na yakap.

Sa balikat ni Jenzen, tuluyan nang bumalong ang mga luha ng asawa. Parang isang paslit itong umiyak.

Hindi muna ito tinanong ni Jenzen kung bakit ito bumalik. Pakakalmahin niya muna, saka niya lang tanungin kapag okay na ang lahat.

Awang-awa si Jenzen sa sinapit ng kanyang asawa. Batid niyang hindi ito iiyak ng ganito kung wala itong masakit na pinagdaanan sa pinaggalingan nito. Tandang-tanda niya, ganito rin ang iyak nito noong hiniwalayan ito ni Rica noon.

Maraming mga posibilidad na tumatakbo sa utak ni Jenzen ng mga oras na iyon, kung bakit bumalik ang asawa niya sa kanilang bahay nang wala sa tamang oras. Para makasigurado, hihintayin niya na lang na ang asawa niya mismo ang magkuwento ng totoong nangyari rito.

Kinagabihan nga ay naikuwento ni Diego ang nangyari sa asawa, na sinabotahe siya ng kanyang mga kasama. Nilagay daw sa kanyang bag ang mga alahas ng kanilang kapitan at napagkamalan siyang magnanakaw. Kaya wala nang pali-paliwanag pa, ora-mismo ay pinababa siya ng barko.

Wala namang nagawa si Diego, dahil lahat ng mga kasama niya ay ayaw na sa kanya. At ni isa man sa mga ito ay ayaw siyang paniwalaang set-up lamang ang lahat.

Pinakalma ni Jenzen ang asawa sa pamamagitan ng paghakap dito. "Hayaan mo na lang sila. Maghanap ka na lang ng trabaho rito sa atin. At least malapit ka dito sa bahay, puwede ka pang nakauwi agad."

Kahit papaano ay nahibsan ang galit at sakit na nararamdaman ni Diego dahil sa mga sinabi ng asawa. Tinitigan niya ito sa mga mata. "I miss you, mahal."

"I miss you, too."

Naglapat ang kanilang mga labi. Kahit lampas one month nang buntis si Jenzen, pinagsaluhan pa rin nila ang init ng gabi.

Habang nasa gitna ng labanan, napansin ni Jenzen na tila naging agresibo ang kanyang asawa sa pagniniig nila, na dati ay napaka-ingat nito pagdating sa kanya dahil baka kasi masaktan daw siya. Ngunit ngayong gabi, ibang-ibang Diego ang nakasampa sa kanya. Nagiging wild na ito, na parang gutom na gutom sa s*x. Naninibago lang siya ngunit nagustuhan na rin niya habang tumatagal sila sa ibabaw ng kama.

Kung noon ay minsan lang siya umuungol. Ngayon ay, sa bawat bayo nito ay napapaungol siya sa sakit at sobrang sarap.

"Diego. . . Agh. . . Ca-careful. . . 'Yong baby natin."

"No baby, I can't. I miss you so much."

Natapos ang buong gabi na puno ng romansa ang kanilang silid.

Maagang gumising si Jenzen. Iniwan niyang tulog pa ang asawa sa kuwarto nila. Ngunit napaawang ang kanyang mga bibig nang makita niya ang asawa sa harden na nagkakape.

"Paano nangyari ito?"

———

HUMINTO muna nang ilang minuto ang mundo ni Jenzen. Palagay niya kasi'y parang pinaglalaruan lang siya ng kanyang paningin. O hindi kaya'y, tulog pa siya at panaginip niya lang ang kanyang nakitang Diego sa harden.

Sandali pa ay kinagat niya ang kanyang hinlalaki sa kamay upang magising kung sakali mang isang panaginip lamang iyon.

"Ouch!" hiyaw niya nang napagtantong totoo ang lahat na ito. Hindi panaginip at lalong hindi halusinasyon lamang. Totoo ang lahat. Dalawang Diego ang nasa bahay nila. Sino kaya sa kanila ang tunay at ang huwad?

Nang makabawi na si Jenzen mula sa pagkatulala, tumakbo siya pabalik sa kuwarto upang alamin kung naroroon pa ba ang isa pang Diego. At nang pagpasok niya roon, naroon ito at natutulog pa habang tanging boxer short lang ang suot sa katawan.

Nilapitan pa ito ni Jenzen at hinawakan ang abs ng lalaki upang alamin kung totoong tao nga ba ito. Totoo nga.

Naramdaman ni Diego na hinimas ni Jenzen ang kanyang tiyan, kaya nagmulat ito ng mga mata at hinila ang asawa palapit sa kanya at hinagkan sa labi. Dahil doon, nabuwal ang babae at sumampa sa matigas na katawan ng asawa.

"Ay!" hiyaw ni Jenzen. Nagulat siya sa ginawa sa kanya ni Diego.

"Ikaw, mahal ha, umagang-umaga ay nanghihipo ka, ha. Na-miss mo rin ba ako?"

Tumango lamang si Jenzen, ngunit halata sa mukha niya ang pag-aalangan at sinabayan pa ng pilit na ngiti. Nagdadalawang-isip pa rin kasi siya na baka hindi ito ang totoong Diego.

Bumangon na si Jenzen at tumuloy sa CR. Nag-iisip siya ng paraan upang malaman kung sino sa dalawang Diego ang totoo.

Alam niyang may tattoo ang totoong Diego sa likod nito, sa ibaba ng balikat. Isa iyong barko na nagsisimbolo na isa siyang seaman.

Lumabas na ng CR si Jenzen at humiga sa tabi ng lalaki.

Nagkunwari siyang gusto niyang magpaangkin muli, ngunit ang totoo ay nais niya lang nalaman kung may barkong tattoo nga ba ito sa likod. Hindi siya nabigo, mayroong tattoo ang isang ito. Ngunit hindi pa rin siya lubos na nagtitiwala na ito na nga ang kanyang asawa.

Tutugon na sana si Diego sa panawagan ng babae nang iwasan nito ang halik ng lalaki, at dali-dali bumangon. "Sorry, mahal, may gagawin pa pala ako roon sa harden." At mabilis na itong sumibat sa kanilang kuwarto.

Naiwang blangko ang mukha ni Diego. Hindi niya naunawaan ang trip ng kanyang asawa. "Wierd."

Pagkalabas, nilapitan ni Jenzen ang isa pang Diego sa garden.

Nagkunwari siyang wala siyang alam sa mga nangyayari sa bahay nila.

"Good morning, mahal," masayang bati niya.

Lumingon naman si Diego at ngumiti. "Good morning din, mahal."

"Kanina ka pa ba rito?"

"Yes. Pinagmamasdan ko ang iyong mga tanim na bulaklak, mahal."

Nagduda na si Jenzen na baka ito ang impostor. Dahil sa pagkakaalam niya, hindi mahilig sa bulaklak ang asawa.

Kinuha ni Jenzen ang hose upang diligan ang kanyang mga bulaklak, ngunit ang totoo niyang pakay ay babasain niya ang lalaki upang hubarin nito ang suot na sando. Sa gano'ng paraan, makikita niya kung may tattoo ba ito sa likod o wala. Kapag wala itong tattoo, siguradong ito ang impostor. Sana gumana ang kanyang plano.

Gano'n nga ang kanyang ginawa, pinaulan niya ng tubig ang lalaki. Nagulat ito ngunit hindi naman nagalit, bagkus ay ngumiti pa.

"Sorry, mahal, hindi ko sinadya."

"Okay lang, mahal."

Ayon sa inaasahan, hinubad nga ng lalaki ang basang sando nito at humarap kay Jenzen. Lumantad sa harap niya ang hunky body ng lalaki.

Pakiramdam tuloy ni Jenzen ay parang dalaga siya na inaakit ng mapangrahuyong alindog ng kaharap. Nahiya siya nang kunti, dahil pakiramdam niya, ibang tao ang lalaking kaharap. Mas lalo pang lumabas ang ganda ng katawan ng lalaki dahil sa mga tubig na lumalandas sa abs nito mula sa basang buhok.

Gusto sanang kagatin ni Jenzen ang kanyang pang-ibabang bibig dahil sa sarap na nakikita, ngunit pinigilan niya. Maling pagpantasiyahan niya ang ekstranghero.

Inaabangan ni Jenzen na tumalikod sa kanya ang lalaki upang malaman niya kung sino sa dalawa ang totoong Diego sa pamamagitan ng tattoo.

At nang tumalikod na sa kanya, nakita niya ang tattoo. Parehong-pareho ito na mayroon ang lalaking nasa kuwarto nila.

Lalong sumakit ang ulo ni Jenzen. Pakiramdam niya kasi ay parang masisiraan na siya ng bait, dahil gulong-gulo na ang kanyang isipan. Pinaglalaruan yata siya ng doppelganger.

Alam ni Jenzen na isa sa kanila ang kanyang asawa. Ang tanong, sino sa kanila?

Maya-maya pa ay narinig ni Jenzen ang boses ng isa pang Diego. "Mahal, nasa—" Natigilan ito nang makita ang isang lalaking kamukhang-kamukha niya. Parehas silang topless at pareho ang suot nilang boxer short.

Mabilis na lumapit ang lalaking ito sa lalaking katabi ni Jenzen sa harden. Nagtapatan sila at nagtagisan ng mga titig. Mukhang walang magpapatalo.

"Sino ka?" sabay na tanong ng dalawang lalaki sa isa't isa.

"Ako ang totoong Diego."

"No. Ako ang totoo," sabat ng nasa tabi ng babae.

Hindi alam ni Jenzen kung ano ang kanyang gagawin ng mga sandaling iyon. Hindi niya kasi alam kung sino ang kakampihan niya sa dalawa.

Kahit si Abe na mula sa kusina ay nagulat din dahil nakita niya ang dalawang lalaki na kamukha ng kanyang Kuya Diego.

Nagkaabutan ang magkamukha. Nagsuntukan ang mga ito. Natumba sa damuhan ng harden at nabasa ng tubig na mula sa hose.

Ngayon ay mas nalito na sina Jenzen at Abe kung sino sa dalawa ang totoong Diego.

Sa tindi ng suntukan, isa sa mga lalaki ay humandusay sa damuhan na tila wala nang buhay.

Hapong-hapo naman ng isang Diego na nakatayo habang dumudugo ang bibig.

Maya-maya pa ay bigla na lang nalusaw ang katawan ng lalaking nakahandusay at maging hangin. Patunay lang na ito ang doppelganger.

Nilapitan agad ni Jenzen ang kanyang asawa at niyakap ito ng mahigpit. "Salamat at hindi ikaw ang nasawi."

"Mahal, hindi ako puwedeng mawala sa 'yo. Hindi ko kayo pababayaan ng magiging anak natin. Pangako 'yan."

Lumapit din si Abe at nag-group hug silang tatlo.

MAALINSANGAN ang gabi kahit may electric fan pa na nakatutok kay Abe. Pakiramdam niya ang init-init pa rin ng kanyang kuwarto. Kaya ang ginawa niya, binuksan niya nang bahagya ang bintana at ang pinto upang kahit papaano ay pumasok naman ang panggabing hangin doon.

Sa kabila ng mainit na gabi, mahimbing naman ang tulog niya. Naalimpungatan siya ng maramdaman niyang tila may humihipo sa kanya. Akala niya ay nananaginip lamang siya. Ngunit ang sabi ng kanyang isipan, parang totoong may nakahawak sa kanya.

Iminulat niya ang mga mata at akma na sanang buksan ang lampshade sa sidetable nang may kamay na pumigil sa kanya.

Tama ang hinuha niya, may lalaking ngang nakaluhod sa tabi niya. At kahit madilim pa ang paligid, sa bulto pa lang ay kilalang-kilala niya ito. Ito ay ang kanyang Kuya Diego.

"Kuya, anong ginagawa mo rito?"

"Sssh. . . 'wag kang maingay at baka magising ang Ate Jenzen mo. Gusto kong tikman ang lasa ng halfsister ko. Mukha ka kasing masarap kaysa Ate mo. Sariwang-sariwa. . ."

"Kuya, 'wag po, maawa ka! Sisigaw ako."

"Hindi mo iyan gagawin. Kapag ginawa mo iyan, malalaman nina Papa at Mama na pinatay mo ang iyong sariling laman. Hindi ba't pinalaglag mo ang iyong dinadala dahil sa kalandian mo? So this time, patikim naman ako ng iyong katawan. Kahit isang beses lang, kahit ngayon lang."

Walang nagawa si Abe habang isa-isang hinuhubad ng kuya niya ang kanyang mga saplot. Walang humpay ang luha na bumabasa sa kanyang unan. Hindi niya matanggap na ang nirerespeto niyang kuya ay pinagsasamantalahan siya ngayon.

"Ugh!" Hayop ka, Kuya! Hayop!

ISANG malakas na sampal ang natamo ni Jenzen mula kay Diego. Ngayon lang nangyari na pinagbuhatan siya nito ng kamay.

Hindi niya naman kasalanang mapadami ang lagay niya ng asukal sa kape nito, kaya nagalit ito sa kanya. Kailangan ba talaga siyang sampalin, kung puwede namang magtimpla ulit?

Lumabas na ang totoong ugali ni Diego. Ang dating malambing at maunawaing asawa ay naging mabangis na leon na ngayon. Ibang-iba na siya ngayon.

"Wala kang silbi, Jenzen! Kahit sa pagtitimpla lang ng kape, sablay ka pa! Hindi ko talaga alam kung bakit ikaw ang pinakasalan ko! Basura ka!"

Sapo ni Jenzen ang pumula niyang pisngi. Hindi niya kayang tanggapin at pakinggan pa ang mga sinasabi sa kanya ni Diego. Kaya naman, tumakbo siya papunta sa gate ng kanilang bahay. Uuwi muna siya sa kanyang mga magulang kahit kailangan niya pang bumiyahe ng halos dalawang oras. Ayaw niyang maapektuhan ang bata na nasa kanyang sinapupunan sa mga pinaggagawa sa kanya ng asawa.

Ngunit nang pagbukas niya ng gate, bumulaga sa kanya ang mukha ni Diego. Isa na namang Diego ang dumating sa bahay nila.

MATAGAL bago bumalik ang wisyo ni Jenzen. Nakatitig lamang siya sa mukha ng lalaking kamukha ng kanyang asawa na nasa kanyang harapan ngayon.

Muli ay nalilito na siya. Totoo na kayang ito na ang tunay niyang asawa, o baka pinaglalaruan na naman siya?

"Mahal, mahal, anong nangyari sa 'yo?" Noon pa lang nagising ang diwa ng babae.

"Sino ka?"

Bumakas ang malaking tanong sa mukha ni Diego? "Ano bang pinagsasabi mo? Ako 'to, si Diego, ang asawa mo."

Tuluyang lumabas ng gate si Jenzen. "Hindi na ako naniniwala sa inyo. Niloloko n'yo lang ako." Mabilis itong humakbang palayo sa bahay nila.

Sumunod naman si Diego. "Mahal? Sinong 'ninyo' ang sinasabi mo? Bagong dating lang ako, 'tapos aalis ka na rin agad? Hintayin mo ako, mahal!"

"Hindi ikaw ang asawa ko. Impostor ka, gaya nila. Ibalik n'yo na ang totoo kong asawa." Patuloy lang itong naglalakad. Kailangan niyang makaabot ng bus patungong sa kanila.

"Ano bang pinagsasabi mo, mahal?" nagtatakang tanong ng lalaki. Kung gaano kalaki ang hakbang ni Jenzen, ganito rin ang laki ng hakbang niya.

Maya-maya pa'y biglang natigilan si Jensen nang marahang hablutin ng lalaki ang kanyang braso. Hinarap niya ito. "Ano bang gusto mo? Na maniwala ako na ikaw na ang asawa ko? Shit! Nahihirapan na ako. Pakiusap, bitiwan mo na ako." Binitiwan nga naman ng lalaki ang braso niya.

Napaawang lamang ang bibig ni Diego. Binalot siya ng malaking pagtataka. Hindi niya talaga maintindihan ng kanyang asawa. Ilang linggo lang siyang nawala, bakit bigla na lang nagkakaganito ito? Dahil ba sa ipinagbubuntis nito, o baka naman may problema? Malayo na sa kanya ang asawa, ngunit sinundan niya pa rin ito hanggang nagkatabi na sila ng upuan sa bus.

"Bakit sumama ka pa rito?" himpit na tanong ni Jensen sa lalaki habang pasimpleng itong sinisiko sa tagiliran. Ayaw niyang lakasan ang kanyang pagtataboy sa lalaki at baka makagawa pa siya roon ng eskandalo.

"Saan ka ba talaga pupunta? At bakit hindi mo kasama si Abe?"

Matiim na tinitigan ni Jenzen ang mga mata ng lalaki. "Diego, mahal, ikaw ba talaga 'yan?"

Tumawa muna ang lalaki bago sumagot. "May iba pa bang Diego sa buhay mo? 'Di ba ako lang? Anyway, saan ka ba talaga pupunta?" At natigilan ito nang makita ang namumulang pisngi ng asawa. Hinawakan niya ang bahaging iyon. "Ano'ng nangyari rito? Sino'ng may gawa nito sa 'yo? Nag-away ba kayo ni Abe? Sabihin mo, mahal."

Sigurado na nga si Jenzen na ang kanyang kausap ngayon ay ang kanyang asawa na.

Kasabay ng pag-alis ng bus, ang pagbuhos ng luha ni Jenzen habang nakayakap sa kay Diego. Binuhos nito ang kanyang sakit na nararamdaman.

"Tahan na, mahal. Nandito na ako. Tahan na."

Paminsan-minsan ay tinitingnan sila ng iba pang pasahero. Makikita sa mga mata ng mga ito ang isang paghanga kay Diego bilang mapagmahal na asawa.

Habang nasa gitna ng biyahe, sinabi ni Jenzen ang lahat-lahat sa asawa.

Galit na galit naman ang lalaki dahil pinaglalaruan ng mga ito ang kanyang pamilya. "Si Abe? Saan na ang kapatid ko?"

"Naiwan siya sa bahay. Tumakas lang ako dahil naroroon ang kamukha mo. Pero huwag kang mag-alala, hinding-hindi nito sasaktan ang kapatid mo."

Nagpalipas ng dalawang araw ang mag-asawa sa bahay ng mga magulang ni Jenzen na hindi nila sinasabi ang totoong dahilan.

HAPONG-HAPONG pahampas na isinara ni Abe ang pinto ng kanyang kuwarto. Agaran niya rin itong ni-lock upang hindi makapasok doon ang hayop niyang kuya.

Kahapon niya pa hinahanap ang kanyang Ate Jenzen subalit hindi niya ito mahanap. Saan kaya ito pumunta? O baka naman, may ginawang hindi maganda ang kanyang kuya rito.

Wala naman sana, bulong niya sa isipan.

Malalakas na mga katok mula sa labas ang nagpaigtad kay Abe. Batid niya kung sino ang kumakatok mula sa labas. Ang Kuya Diego niya.

"Abe, buksan mo na ang pinto. Magagalit si Kuya kapag hindi mo ito binuksan. Buksan mo na," parang nang-aakit nitong sambit.

"Ayaw ko! Hayop ka! Isusumbong kita kay Ate Jenzen!"

"Magsumbong ka sa kanya, hindi naman siya maniniwala sa 'yo. Sa akin pa rin siya makikinig." Tumawa ito na parang nakaloloko.

Hawak pa rin ni Abe ang seradora ng pinto. Maya-maya pa'y bigla na lang tumahimik sa labas. Alam niyang may binabalak na hindi maganda ang kuya niya. At ang una niyang naisip na posibleng gawin ito ay ang hanapin ang duplicate key ng kuwarto niya roon sa kanilang kuwarto. Kaya naman, nag-isip siya ng paraan upang hindi siya mapasok.

Tinulak niya ang tukador palapit sa pinto upang iharang ito roon. Hindi pa siya nakontento, pati ang kanyang kama ay isinama niya na rin.

Lahat ng bagay na puwedeng ilagay roon ay inilagay na niya. Naging aligaga na siya. Hindi niya alam kung makatatakas pa ba siya sa bahay na iyon.

Napaigtad siya nang biglang tumunog ang cellphone sa kanyang bulsa. Dali-dali niya itong hinugot at tiningnan kung sino ang tumatawag. Ang Ate Jenzen niya.

"Hello, Ate, tulungan mo ako rito. Gagahasa ako ni Kuya. Ate, tulong," tuloy-tuloy niyang sumbong.

"Huminahon ka, Abe." Ibang boses ang narinig niya. Hindi ito ang ate niya. Boses ito ng isang lalaki.

"Si-Sino ka?"

"Abe, ako 'to, ang Kuya Diego mo. Huwag na huwag kang lumabas ng kuwarto mo. Ang kasama mo riyan ay kamukha ko lamang. Hindi iyan ang totoo mong kuya. Ako ang kuya mo."

"Kuya, tulong," umiiyak na pagsusumamo ni Abe.

"Oo, tutulungan ka namin. Nag-iisip pa kami ng paraan kung paano natin lulutasin ang problemang ito. Basta huwag ka munang lumabas ng kuwarto mo."

Napaupo na lang si Abe sa sulok ng kanyang kuwarto habang tahimik na tumutulo ang kanyang mga luha. "Opo, Kuya."

Sumigaw si Abe nang biglang may lumagabung sa labas ng kanyang kuwarto. Mukhang sinisira ang seradora ng kanyang pinto.

"Ano'ng nangyayari riyan?" tanong ng kanyang kuya sa kabilang linya ng cellphone.

"Kuya, bilisan n'yo at baka mapasok na ako rito ng hayop na ito."

"Darating na kami." Iyon lamang at naibaba na ang linya.

Lumapit si Jenzen sa pintuan at inayos pa ang mga nakaharang doon.

"Umalis ka na, hayop ka! Isa kang impostor!" himutok ni Abe.

———

HALOS gustong paliparan ni Diego ang bus na sinasakyan nila ng kanyang asawa pabalik sa kanilang bahay. Hindi niya kasi kayang marinig sa cellphone ang boses ng kapatid na humihingi ng tulong.

"Huminahon ka, mahal. Malapit na tayo," pagpapakalma ni Jenzen sa asawa.

"Kailangan nating makarating agad sa bahay, mahal. At baka mapaano pa roon ang kapatid ko. Hindi ko mapapatawad ang sarili ko kung sakaling may mangyaring hindi maganda sa kanya."

Hindi na umimik pa si Jenzen. Parehas kasi sila ng nararamdaman ng kanyang asawa.

"Tumawag ka na ba ng mga pulis? Kailangan natin ng pulis," sabi ni Diego. Hindi ito mapakali sa kinauupuan.

"Oo, mahal. Parating na raw sila sa bahay."

Nang pagdating ng bus sa terminal, agad silang sumakay sa tricycle at nagpahatid sa kanilang bahay. Walang katakot-takot na pumasok doon si Diego kahit na wala pa roon ng mga pulis.

Si Jenzen naman kinakabahan para sa asawa. Mas pinili niyang magpahuli. Maya-maya lang ay may narinig siyang mga hiyawan sa loob ng kanilang bahay. Tumakbo na siya papunta roon at naabutan niyang nagsusuntukan ang dalawang magkamukha.

Batid niya sa dalawa kung sino sa mga ito ang totoong Diego na asawa niya, dahil sa suot nitong damit.

Puno na ng dugo ang mukha ng kanyang asawa. Wala siyang magawa kung hindi ang humiyaw nang humiyaw lamang.

Nanlaki na lamang ang mga mata ni Jenzen nang marinig niya ang isang putok ng baril. Kitang-kita ng kanyang dalawang mata kung paano natumba sa sahig ang kanyang asawa. Binaril ito ng impostor na Diego. Pagdaka ay sa kanya naman itinutok ng huwad na Diego ang baril.

Hindi natinag si Jenzen. Kung ito lang ang paraan para makasama niya habambuhay ang asawa, sasaluin niya ang balang babaon sa kanyang katawan.

Pumutok ang baril. Naghihintay si Jenzen na matumba siya sa sahig, ngunit ang impostor na Diego ang natumba at naglaho sa hangin ang katawan nito.

Mabuti na lang at naunahan itong barilin ni Abe.

Tinakbo agad si Jenzen ang asawa. "Mahal! Mahal! Dadalhin kita sa hospital. Abe, tulungan mo ako."

"Huwag na, mahal. Mahal na mahal kita. Ingatan mong mabuti ang baby natin, ha?" Pagkatapos sabihin iyon, bigla na lang pumikit ang mga mata ni Diego.

"Mahal!" puno ng iyak at hinagpis na sigaw ni Jenzen.

Tapos na ang lahat bago pa man dumating ang mga pulis.

Duguan na si Diego.

NAGSIALISAN na ang lahat ngunit mag-isang nagpaiwan si Jenzen sa harap ng puntod ng kanyang asawa.

Marami ng luhang tumagas sa kanyang mga mata, subalit patuloy lang itong tumutulo.

Paano na ngayon? Mag-isa na lang siyang magiging magulang sa kanyang ipinagbubuntis.

Hindi niya alam kung ano na ang susunod niyang gagawin ngayong wala na si Diego. Litong-lito na siya. Hindi niya lubos maisip na ganito maaga sila iniwan ng asawa.

Naubos ang lakas ng tuhod ni Jenzen, kaya marahan siyang napaluhod.

Mula nang ikasal sila ni Diego, ito na ang kanyang kalakasan maliban sa kanyang pamilya. Ngunit ano na ang kanyang gagawin ngayong wala na ito?

Hindi matiis ni Jenzen na hindi humagulgol sa pag-iyak. Hindi niya talaga kayang tanggapin na wala na ang asawa.

"Mahal, bakit iniwan mo ako agad? Hindi ko alam kung kakayanin ko ba ang buhay na wala ka. Miss na kita agad. Miss na miss." Tumigil lamang ito ng maramdaman niyang may taong lumapit sa kanyang likuran. Si Abe iyon.

"Ate, hindi magiging masaya at mapayapa ang paglalakbay ni Kuya kung ganyan mo siya iiwan sa kanyang puntod. Masakit, oo, pero mas nasasaktan kami kapag nakikita kang ganyan. Tatagan mo ang iyong loob. Makakalampas din tayo." Nilapitan niya ang kanyang ate upang alalayan itong tumayo. "O, dahan-dahan lang."

"Salamat, Abe," aniya at tumingin ito sa mga mata ng kapatid ng kanyang asawa. "Tama ka. Kailangan ko magpakatatag para sa baby at sarili ko." Hinimas pa nito ang kanyang tiyan. Pinunasan din nito ang mga luha sa pisngi.

"Ate, kaya natin 'to." Niyakap pa nito si Jenzen. "Tara na, hinihintay na tayo nina Papa at Mama sa van."

"Tara."

ISANG linggo na ang mabilis na lumipas, ngunit ang lungkot at pangungulila ang siya pa ring bumabalot sa sistema ni Jenzen.

Hindi siya makatulog sa gabi. Sa bawat pagpikit kasi ng kanyang mga mata, ang mukha ng asawa niya ang palagi niyang nakikita. At kapag nangyayari iyon, bumabalik lang sa simula ang sakit na kanyang nararamdaman.

Napapabayaan na rin niya ang kanyang sarili.

Minsan nga, tinawagan siya ng kanyang kaibigan na nurse na dapat daw huwag niyang pabayaan ng kanyang sarili dahil nagdadalang-tao siya at ilang buwan na lang ay manganganak na rin.

Dinamdam ng sobra ni Jenzen ang mabilisang pagkawala ng asawa. Kahit ilang beses niyang sabihin sa kanyang isipan na tanggapin na ang pangyayaring ito, hindi niya pa rin kayang gawin.

Araw-araw siya sa puntod ni Diego. Kinakausap niya ito kahit batid niyang hindi na ito naririnig pa. At hindi magandang tingnan na kinakausap ang patay na dahil nagpapahinga na ito. Ngunit ginagawa niya pa rin. Hindi niya ito ginagawa para kay Diego, ginagawa nito para sa sarili. Para masabi niya ang kanyang nararamdaman.

Dalangin niya na sana matanggap na niya na wala na ang kanyang mahal na asawa.

Habang nakatayo siya sa harapan ng puntod nito, bumalik sa kanyang alaala ang mga masasayang nilang nakaraan. Mula noong nalasing ito at nagkasabay sila sa elevator. Noong magkasunod sila sa pila sa department store. Noong nanligaw ito sa kanya. At noong nagpakasal silang dalawa.

Naputol ang pagbabalik-tanaw niya nang biglang may tumapik sa kanyang balikat. Mariin siyang nagulat, ngunit mabilis rin siyang napalingon upang alamin kung sino ito. Napag-alaman niyang ito si Aling Flor; ang dating nagmamay-ari sa bahay nila.

"Puwede ba kitang makausap sandali?" pakiusap ng matanda.

Tumango naman sa Jenzen.

Pumunta sila sa ilalim ng malaking kahoy na malapit doon na may mga upuang yari rin sa kahoy. Umupo sila naroon upang mag-usap.

Sa totoo lang walang ideya si Jenzen kung ano ba ang pag-uusapan nila.

"Jenzen, sorry ha?" bungad ng matanda.

Napangiti si Jenzen. "Para sa ano po? Bakit po kayo nagso-sorry?"

"Sorry kasi, hindi ko sinabi sa inyo na may mga mapaglarong engkanto na naninirahan sa bahay ninyo ngayon."

Bumukas sa mukha ni Jenzen ang malaking tanong. "Ano po ang ibig ninyong sabihin?"

"Bago pa namin ibininta ang bahay sa inyo, may tatlo kaming engkanto na ikinulong sa isang kuwarto roon. Bago kami umalis, ikinandado ko iyon."

Naalala nga ni Jenzen na mayroon ngang ganoong kuwarto. Pero sinira nila ang padlock nito at ginawa itong stockroom.

"Ang ibig n'yo bang sabihin, may iba pa pala kami ang kasama sa bahay na hindi namin alam?"

"Oo. Mapaglaro sila at mapanakit. Ginagaya nila ang mukha ng mga taong nakatira sa bahay sa oras na aalis ito roon. At nabalitaan kong ginaya ng mga ito ang mukha ng asawa mo."

Ngayon ay buo na sa isip ni Jenzen kung bakit nangyayari ang mga ito.

"Aling Flor, sabi mo tatlo sila? Bakit dalawa lang ang nanggaya sa mukha ng asawa ko?"

Sasagot pa sana si Aling Flor, nang biglang tumawag si Abe. "Ate, umuwi ka na. Bilis!"

Tumayo na si Jenzen. "Mauuna na po ako Aling Flor. Salamat po sa inyong mga sinabi." At umalis na siya.

Samantala, naiwan sa upuan si Aling Flor habang hinahatid ng kanyang mga mata ang papalayong si Jenzen. "Hindi ka dapat nalulungkot kung alam mo lang ang katotohanan. Hindi ka niya iniwan."

HABANG nasa loob ng taxi pabalik sa kanilang bahay, tinawagan ni Jenzen si Abe. Nais niya kasing malaman kung ano ang dahilan nito kung bakit siya agarang pinapauwi ito. Nag-ring naman ang cellphone nito ngunit hindi siya sinasagot.

Tuloy, kinabahan siya. Baka kung ano na naman kababalaghan ang kanyang maabutan sa kanila.

Minadali ni Jenzen ang driver. Hindi na siya nakapaghihintay na malaman kung ano ang nangyayari roon.

Kanina kasi, nababasa ni Jenzen na iisa ang ipinapahiwatig ng boses ni Abe. Takot. Natatakot ito. Siguradong malalaman niya rin iyon kapag nakarating na siya. Sana mali lang ang naiisip niya.

Matapos bayaran ng driver, mabilis na kumaripas si Jenzen na pumasok sa kanilang gate. Hindi niya alam, pero kanina pa kumakabog ang kanyang dibdib. Parang may hindi tama. Ano ba ang maaabutan niya sa loob?

Sa pintuan pa lang, ramdam na niya ang nakatatakot na katahimikan sa kabuuan ng bahay. Binuksan niya ang pinto at tinawag si Abe. Mula sa kusina, nakita niyang lumabas buhat doon ang dalaga.

"Bakit po, Ate?" Halata sa boses nito ang konting nginig.

Lumapit si Jenzen sa kanya. "Anong nangyari sa iyo? Bakit namumutla ka?"

Pilit na ngumiti si Abe. "Wala 'to, Ate. Pagod lang siguro ako."

"Abe, magsabi ka ng totoo. Buntis ka ba?"

Sumilay ang gulat sa mukha ng dalaga at bigla na lang itong lumuha. "Ate, buntis ako." Tuluyan na itong yumakap kay Jenzen.

"Sino ang ama nito?"

Namagitan ang kaunting katahimikan bago nagsalita si Abe. "Si kuya po." Naghiwalay sila sa pagkakayakap. Mariing nabigla si Jenzen.

"Ano? Si Diego ang ama niyan?"

"Opo. Pero, hindi po ang totoong kuya ko. Ang impostor po. Ate, anong gagawin ko?" umiiyak na pagsusumamo ni Abe.

"Kailangan hindi mabuhay ang batang iyan!" matigas na singhal ni Jenzen.

"Pero, Ate, anak ko po ito—"

Naputol ang pagsasalita ni Abe nang may kumatok sa pinto. Nagkatinginan silang dalawa. Wala naman kasi silang inaasahang bisita.

Sabay nila itong pinuntahan at pinagbuksan at kapuwa rin sila nagulat sa kanilang nakita.

"I'm here!" sabi ni Diego. "Surprise!" Napansin itong mukhang nagulat ang dalawang babaeng nasa harapan niya ngayon. "O, parang nakakita kayo ng multo, ah. Ako lang 'to, mahal." Tiningnan din nito ang kapatid. "Abe, pakipasok nga ng maleta ko sa loob."

Tumalima naman ang dalaga.

Hindi pa rin makapaniwala sina Jenzen at Abe sa kanilang nakikita. Buhay si Diego!

"Mahal, puwede na ba akong pumasok. Narito na ako. Tinupad ko na ang sinabi mong bumalik ako sa iyo ng buo at malakas. So, this is it."

Emosyonal na niyakap ni Jenzen ang asawa. Wala na siyang pakialam kung ito na ba ang pangatlong engkanto na sinasabi ni Aleng Flor. Ang mahalaga, buhay ito at kapiling niya. May ama na ulit ang anak niya.

Yumakap din si Abe sa kuya niya. "Welcome back, Kuya."

"Salamat. Binili ko na ang selfie stick na gusto mo," pabulong ni Diego.

Pumasok na sila sa loob. Tumuloy sa sofa si Diego at umupo. "Pasensiya na, mahal, kung hindi ako nakapag-chat o nakapagtawag sa 'yo, ha? Nahulog kasi sa dagat ng cellphone ko. Pero nakabalik naman ako, 'di ba? At hinding-hindi na ako aalis ulit. Gusto ko narito ako bago lumabas ang baby natin."

Siya kaya ang totoo kong asawa? Nagdududa pa rin si Jenzen.

Maya-maya pa'y sumakit ang tiyan ni Jenzen. Mukhang manganganak na ito. "Mahal, nanganak na yata ako."

Mabilis na tumayo si Diego at binuhat ang asawa upang dalhin sa hospital.

Habang nasa kandungan si Jenzen ng kanyang asawa, hindi niya maiwasang titigan ang mga mata nito. "Salamat at buhay ka, mahal," nakangiting wika niya.

Saka niya na lang sasabihin sa asawa ang lahat-lahat kapag nakalabas na ang bata.

Wakas.

Black Junior

GAYA sa kuwento ng mga batang naulila sa mga magulang, hindi nalalayo ang buhay ko sa tulad nila.

Mula pagkasilang, nasa bahay-ampunan na ako. Nangarap ding magkaroon ng mga magulang at mga kapatid. Ngunit sa kasawiang-palad, napadpad ako sa salbaheng mag-asawa.

Ang bait-bait nila sa simula ngunit kalauna'y lumabas din ang totoo nilang kulay. Inalila nila ako. Itinuring na parang basahan at pinatulog sa stock room.

Akala ko matutupad na ang aking panalangin sa pamamagitan nila. Subalit imbis na pag-asa, naging bangungot ang lahat.

Nagsisi tuloy ako kung bakit pa ako sumama sa kanila. Noong una, akala ko mga anghel sila na ipinadala ng langit. Iyon pala'y mga demonyong umahon lang sa impyerno upang manakit ng iba.

Suklam na suklam ako sa kanila. Tiniis ko ng maraming taong pagmamaltrato nila sa akin. Kinaya kahit mahirap.

Naghintay ako ng tamang pagkakataong lumabas ang aking bagwis. Nang sa gayon, kahit na lumayas pa ako sa mansiyon ng mga kampon ni Satanas, kaya ko nang lumipad mag-isa at makalayo-layo sa kanilang maitim na anino. Mas mabuti roon, ako ang amo. Ako ang nasusunod sa gusto ko. At ang pagkakataong iyon ay dumating na. Ngayon na.

Malakas ang ulan sa labas ng mansiyon. Sumasabay pa ang nakatatakot na kidlat na animo'y bulalakaw na dumadaan sa kalangitan. Nakabibingi rin ang kulog.

Habang galit pa ang panahon at walang ilaw ang buong mansiyon, abala ako sa pag-e-empake ng aking mga damit. Lalayas na ako. Hindi na tamang manatili pa sa lugar na hindi ako tanggap at nababagay. Hahanap ako ng lugar na kung saan ay kaya akong tanggapin ng buo at ipinagtatanggol sa sinumang nais manakit sa akin.

Naramdaman kong bigla na lang naghabulan ang ilang butil ng luha sa aking pisngi. Hindi ko mawari kung luha ba iyon ng kalungkutan o luha ng kagalakan dahil sa wakas, makalalaya na ako sa hindi nakikitang rehas ng pagdurusa.

Matapos kong punuin ang aking bag ng mga damit, lumabas na ako ng kuwarto. Hindi ko binuksan ang flashlight sa aking cellphone nang sa gayon, hindi nila mahalatang tatakas ako.

Kung gaano kalakas ang kulog, ganoon din ang kabog ng aking dibdib. Kinakabahan ako sapagkat hindi ko alam ang gagawin kapag nahuli nila ako. Ngunit hindi ko papayagang mangyari ang bagay na iyon. Matagal ko na 'tong plano, tapos mabubulilyaso lang? Hindi ako papayag!

Tumuloy ako sa kusina at doon ako dadaan. Umakyat ako sa hagdang inilagay ko na agad noong isang araw at 'yon din ang gagamitin para makababa sa kabilang bahagi ng pader.

Matagumpay kong nagawa ang pagtakas. Isang sandaling titig ang inalay ko sa mansiyon bago tuluyang tumalikod at tumakbo. "Paalam na, mga salbahe!"

Hindi ko ininda ang malakas na ulan, nakasisilaw na kidlat at nakabibinging kulog. Ang mahalaga sa akin ay ang humakbang paabante mula sa tahanan na itinuring kong pilitin.

Sa edad na disisais, siguro naman may tatanggap sa akin kahit kasambahay lang.

Habang ako'y lakad-takbo, napaiisip ako kung may kinabukasan pa ba ang tulad ko. Lalo na't elementary lang ang natapos ko roon sa ampunan. Ano kaya ang nakalaang buhay na mayroon ako sa unahan? Makaaahon pa kaya ako?

"Kaya mo 'yan, Nam," pagpapalakas ko sa aking sarili habang nakahalukipkip dahil sa lamig. Hindi ko alam kung saan ako papunta. Bahala na.

Nanginginig ang buo kong katawan. Tila parang basang sisiw habang tangan sa likuran ang malaking bag.

Mula sa hindi kalayuan, may nakita akong waiting shed. Dali-dali akong tumungo roon upang sumilong. Sumiksik ako sa sulok habang yakap-yakap ang bag. Hindi ko namalayang naipikit ko na pala ang aking mga mata.

KINABUKASAN, ingay ng mga sasakyan ang pumukaw sa akin.

Marahan kong binuksan ang talukap ng aking mga mata. Mataas na ang sikat ng araw at tumatama pa sa aking mukha kaya nakasisilaw.

Sandali kong kinisap-kisap ang mga mata bago tuluyang binuksan.

Nasa waiting shed pa rin ako. Nakaupo sa sulok at basa pa rin ang suot kahit magdamag na nakatulo na ito.

Hinagilap ko ang aking dalang bag kagabi. Kaliwa-kanan, ngunit wala na. Hindi ko man lang naramdamang ninakaw na pala sa aking bisig habang tulog ako. "Ang bag ko. . . Ang bag ko. .."

Mahina akong tumayo. Inayos ang buhaghag na buhok. Naging aligaga sapagkat hindi ko alam kung ano ang aking gagawin. Hanggang naisip kong kailangan ko nang magpakalayo-layo sa lugar na iyon. Malapit lang kasi ang waiting shed na iyon sa mansiyon. Mabuti na lang at walang nakakikilala sa akin doon sa labas.

Nagsimula na akong humakbang palayo sa waiting shed. Sa bandang unahan, may nakikita akong munting kagubatan. Nagdali-dali akong lumakad at pumasok doon. Doon muna ako magpapalipas ng oras. Siguro naman ay ligtas ako roon kahit hanapin pa ako ng mga tauhan ng umampon sa akin.

RAMDAM ko ang kirot sa likod ng aking ulo. Mukhang lalagnatin na yata ako. Marahan kong ibinangon ang aking sarili ngunit hindi man lang nag-abalang buksan ang mga mata.

Mabini kong sinapo ang bahaging kumikirot. "Aray."

Iminulat ko ang mga mata. Sandaling natulala at matamang ibinalik sa isipan kung paano ako napadpad sa isang kuwarto. Sa pagkakatanda ko, sa makapal na patay na mga dahon ako humiga. Ngunit narito na ako ngayon sa malinis at malambot na kama. Ano'ng nangyari?

Paano ako napunta rito? tanong ko sa isip.

Pinaikot ko ang aking paningin. Inusisa ko ang bawat sulok. Malinis. Inaalam ko sa sarili kung totoo ba ito o isa lamang bang panaginip. At kung panaginip nga, sana hindi na ako magising. Batid ko naman kasing wala rin akong mapupuntahan at malalapitan pagkagising.

Tunog ng cellphone ang nagpabalik sa akin mula sa malalim na pag-iisip. Mukhang totoo nga ang aking mga nakikita. Hindi panaginip lang.

Hinanap ko ang maingay na cellphone. Nakita kong nakapatong lamang ito sa mesang nasa sulok.

Maya-maya pa'y bumukas ang saradong pinto. Pumasok mula roon ang isang babae. Sa hinuha ko ay nasa pagitan ng kuwarenta at singkuwenta ang kanyang edad. Puno ng kolorete ang mukha. Napaka-sexy niyang manamit.

Nagkatitigan kami sandali.

"Oh, gising ka na pala, hija?" sabi nito pero tumuloy lang sa mesa para kunin ang tumutunog na cellphone. Sinagot niya iyon sandali at ibinaba rin. "Nakalimutan ko kanina."

Nakatitig lamang ang mga mata ko sa kanya.

"Ayos ka lang ba? Huwag kang mag-alala, ligtas ka rito sa lugar ko," sabi niya. "Ako si Loreta. Lorry for short. Puwede mo rin akong tawaging Mommy Lorry just like sa tawag nila sa akin dito."

"Mommy?"

"Yeah. Mommy Lorry. Anyway, ikaw, ano'ng pangalan mo?"

"Pangalan ko?" Bigla akong kinabahan sapagkat bumabalik lang sa aking isipan ang tanong na iyan noong ampunin ako. Takot na akong magtiwala muli sa ibang tao at baka maulit lamang ang nangyari.

Namagitan ang ilang sandali bago ako nakasagot. "A-Ako si Nam Recador."

"Nam Recador. . ." ulit niya.

Nang mga sandali ring iyon ay tahimik na pumasok ang isang babae. Mukhang katulong. May dala siyang tray na may lamang mga pagkain. Isa-isa niya inilapag iyon sa mesang nasa sulok.

"Mommy Lorry, handa na po ang pagkain para sa kanya," sabi ng babaeng iyon habang matamis ang ngiti. Humarap siya sa akin. "Hi? Kumain ka na. Kahapon ka pa kasing tulog. Siguradong gutom ka na."

"Okay lang ako. Hindi pa naman ako nagugutom, eh," pagsisinungaling ko kasabay niyon ang pag-aalburoto ng aking tiyan. Indikasiyon na kailangan ko nang kumain. Napatingin ako sa kanilang dalawa habang nakangiwi ang bibig.

Nagtawanan din sila. Batid kasi nilang ang ibig sabihin ng tunog na iyon.

"Sige na, Nam, tumayo ka na riyan at kumain ka na," magiliw na wika ni Mommy Lorry. "Lalabas lang muna kami ni Rosal. Pagkatapos mong kumain, magpahinga ka muna rito. Nasa drawer na ang mga damit na kailangan mo. Buksan mo na lang."

"Salamat po," mahina kong sambit pero sigurado akong narinig nila iyon.

Lumabas na nga sina Mommy Lorry at Rosal. Kumain na ako, naligo sa CR pagkatapos at nagbihis ng damit. Gaya sa sinabi ni Mommy Lorry, nagpahinga muna ako roon sa kuwarto.

Napaiisip ako. Ano kaya ang mayroon sa labas ng kuwarto?

Pagkalipas ng ilang araw, sinalaysay sa akin ni Mommy Lorry ang lahat na nakita raw niya ako na walang malay roon sa gubat. Dahil may dala siyang sasakyan nang mga sandaling iyon, siya mismo ang umalalay sa akin para isakay at isama sa Manila.

APAT na taon ang mabilis na lumipas. Kinakabahan na ako dahil ako na ang sasalang sa entablado. Kahit nakamaskara pa, hindi pa rin mawala sa akin ang kaba.

Ito ang unang pagkakataon kong sumayaw sa harap ng mga lalaking lango na sa alak.

Apat na taon na rin akong naging waitress sa club ni Mommy Lorry buhat nang kupkupin niya ako. Bilang utang na loob, nagtrabaho ako sa club nang walang suweldo.

Matagal na niya akong inaalok na sumayaw para sa aming mga costumer pero sabi ko hindi pa ako handa. Hanggang dumating nga ang gabi na nagdesisyon akong sumayaw at magbigay ng aliw sa mata ng mga lalaking mahilig sa magandang katawan ng babae.

Wala na akong makapitan. Kapit sa patalim ang aking gagawin.

Dahil hinahanap-hanap na ako ng mga costumer, gabi-gabi akong nagso-show. Ako ang highlight.

Mas dumadami pa ang pumapasok sa club. Bagay na ikinatuwa ni Mommy Lorry na ikinatuwa ko rin. Kapag masaya siya, masaya na rin ako.

"Suwerte ka talaga, Nam, sa buhay ko," puri ni Mommy Lorry. "Galingan mo pa dahil balang araw, sa iyo ko ipamamana ang club."

Napangiti ako. "Salamat po, Mommy Lorry. Kung hindi po dahil sa inyo, baka po kung saan na ako ngayon. At sa malas, baka alikabok na po ang katawan ko ngayon." Lumapit ako sa kanya at yumakap. Sa apat na taon, gumaan na ang loob ko sa kanya. Itinuring ko na siyang parang totoong nanay.

ITINULAK ko ang lalaking umakyat sa entablado. Gusto niya kasing tanggalin ang aking maskara para lumantad na ang aking mukha. Lasing na siya kaya na-out balance at bumulusok pababa. Para siyang isang buwig ng niyog na nahulog mula sa mataas na bahagi.

Imbis na sawayin ang lalaki at tulungan ako, mukhang natuwa pa ang ibang mga lalaking naroroon. Nais din kasi nilang masilayan ang totoo kong mukha. Gusto nilang malaman kung maganda ba ako o hipon. Pero batid kong maganda ako at hindi ko na iyon dapat patunayan pa.

Nanliit ako sa aking sarili habang lihim na pumapatak ang ilang butil ng luha sa likod ng maskara. Sumiksik ako sa sulok ng entablado. Hindi alam ang gagawin.

Maya-maya pa'y dinaluhan na ako ng ilang dancers. Lumapit din si Mommy Lorry at niyakap ako.

Nakita kong dinampot ng bouncers ang lalaking nambastos sa akin at dinala sa labas. Hindi ko naman siya masisising bastusin ako dahil sa aking trabaho. Pero kahit na. Kung alam lang sana niyang labag sa aking kalooban ang aking pagsasayaw, hindi niya iyon gagawin. Hindi ko lang masabi kay Mommy Lorry na ayaw ko talagang sumayaw.

Dinala ako ni Mommy Lorry sa aking kuwarto. "Dito ka lang muna, Nam. Lalabas muna ako para asikasuhin ang gulo."

Tumango naman ako bilang pagsang-ayon.

Nang nakalabas na si Mommy Lorry, mahina akong umupo sa gilid ng kama. Hinubad ko ang maskara at tahasang inihagis sa dingding. "Hayop ka!" Mas sumagana pa ang aking luha. Napahilamos ko ang aking mga palad.

Nakatakas nga ako sa umampon sa akin noon, pero dinala naman ako sa buhay na nagpasadlak sa akin sa kamunduhan.

Noong una, lubos ang aking pasasalamat sapagkat may sumagip sa akin. Ngunit kalauna'y mas dinala lang pala ako ng kapalaran sa mundong kapit ako sa matalim na patalim. No choice ako kung hindi ay pagbigyan ang gusto ni Mommy Lorry sa nais nito. Baka isipin niya kasing wala akong utang na loob sa kanya.

Labag man sa kalooban ang pag-indayog ng aking batang katawan sa entabladong may patay-sinding iba't ibang kulay ng ilaw, ipinipikit ko na lang ang aking mga mata habang sumusunod sa saliw ng malaswang musika. Pilit na ipinipinta sa labi ang pekeng ngiti. Ginagalingan sa paggiling hanggang sa matapos ang tugtugin. Ang masayang awra lang ang kanilang nakikita. Pero sa kabila ng lahat, nakakubli sa mga ngiting iyon ang matagal nang kalungkutan.

Bawat pagkatapos ng akong bahagi, tumutuloy ako sa aking kuwarto. Nagmumuni-muni kung kailan ulit ako makaaalpas sa ganitong mundo. Nakasasawa na rin kasing gumawa ng bagay na isinusuka ng iyong kaluluwa.

Humiga na ako sa kama at unti-unting ipinikit ang mga mata.

MARAMING dumating na bisita sa club. Ayon sa narinig ko, mga seafarer daw sila at bagong baba lang sa barko.

Wala akong show ngayon. Ngunit nagulat na lang ako nang kumatok sa pinto si Mommy Lorry upang makiusap.

"Nam, mag-show ka muna ngayon, maraming boylet. Sayang naman ang pagkakataon na marami tayong costumers at madatong pa dahil fresh from the sea."

Medyo nainis ako. Pero tumango na lang kahit napipilitan. Wala pa ring alam si Mommy Lorry na hindi ko talaga gusto ang sumayaw sa harap ng mga lalaki. "Opo, Mommy Lorry. Mag-aayos na po ako."

"Great!" masaya nitong wika. "Lalabas na ako, ha? Sumunod ka na lang."

Nang naisara na ni Mommy Lorry ang pinto, hindi ko alam kung bakit bigla na lang kumuwala ang halos magkasabay na dalawang butil ng kristal na likido sa aking mga mata. Pero pinunasan ko agad at tumuloy na sa CR.

Pagkatapos magbihis at mag-ayos sa sarili, lumabas na ako ng kuwarto habang suot ang itim na maskara. Hindi ko ipinakita ang katamlayan. Pinilit kong ngumiti at bigyang energy ang katawan.

Nang tawagin na ang aking pangalan, narinig ko ang masigabong palakpakan mula sa manonood. May sumisigaw pa at sumisipol. Tuwang-tuwa sila sa unti-unti kong paglantad sa entablado kasabay ang mabagal na awitin. Nagsimula na ang aking kalbaryo. Kahit labag sa kagustuhan, pilit tinatanggap sa isipan na ito na siguro ang aking papel.

Habang nagpapatuloy ang show, makikita at maririnig sa mga costumer ang kasiyahan. Kasiyahan na parang wala ng bukas.

Nang matapos na iyon, tumuloy na ako sa kuwarto. Nang akmang sarahan ko na ang pinto, may lalaking pumigil niyon. Iniharang niya ang kanyang kamay sa siwang. Sinilip ko siya. Pamilyar ang kanyang mukha. Siya ang lalaking nambastos sa akin noong nakaraang gabi. Kahit mukhang may edad na, guwapo pa rin.

"Sandali lang. Gusto ko lang humingi ng paumanhin sa 'yo." Hindi siya lasing dahil maayos naman ang kanyang pananalita. Pinipilit ko pa ring sarahan ang pinto ngunit hindi ko naman nilalakasan dahil nakaharang pa rin sa siwang ang kamay niya.

"Oo na, sige na, pinapatawad na kita," sabi ko na lang para tumigil na siya. Hindi naman talaga ako galit, nainsulto lang. Ngunit okay na ako.

Maya-maya nga'y kinuha na nito ang kamay at tuluyang ko nang naisara ang pinto. Nakahinga ako nang maluwang. Unti-unting nabawasan ang kaba na aking nadarama. Sumandal ako sa pinto at bumitiw ng isang malalim na hininga. Tumuloy na ako sa harap ng salamin at tinanggal ang maskara. Napatingin ako nang matagal sa salamin. Napaisip. Ngayon lang ako nakaranas na may taong humingin sa akin ng sorry. Napapangiti. Masarap pala sa pakiramdam.

Kinabukasan ay bumalik ang lalaking iyon sa club. Ako ang humarap sa kanya. Walang maskara. "Sir, mamayang alas siete pa po ng gabi ang bukas ng club." Nagkunwari akong hindi ko siya kilala.

"Hindi ako pumunta rito para roon. Nandito ako para pormal na humingi ng tawad sa iyo," magalang niyang wika. Kahit parang nasa fifties na ang kanyang edad, litaw na litaw pa rin ang ang kaguwapuhan nito. Halatang alagang-alaga. Maganda rin ang pangangatawan na talagang habulin ng mga kababaihan.

"'Di ba, nag-usap na tayo kagabi, sir? Okay na tayo. Puwede ka nang umalis at baka makita ka pa ni Mommy Lorry."

"At bakit takot kang makita ko siya?" rinig kong tanong ni Mommy Lorry mula sa hindi kalayuan. Papalapit siya sa amin ng lalaki. "Mr. Rehaso, ano ang kailangan mo kay Nam?"

"Miss Lorry, kilala mo naman ako. Kapag gusto ko, nag-e-effort ako. Simula sa araw na ito, liligawan ko na ang alaga mo."

Kapuwa nagulat kami ni Mommy Lorry. Nagkatinginan. Napaawang ang aking mga bibig.

Impit na tumawa si Mommy Lorry para ibahin ang takbo ng usapan. "Nagpapatawa ka yata, Mr. Rehaso. Bente pa lang si Nam. Samantalang ikaw, triple ang layo ng iyong edad sa kanya. Sabihin mo, nagbibiro ka lang."

"Seryoso ako, Miss Lorry," sagot nito.

Patuloy akong tahimik lamang. Hindi makasagot dahil hindi ko alam ang sasabihin.

Inirapan ako ni Mommy Lorry. "Pumasok ka muna sa loob, Nam, mag-uusap lang tayo sandali."

Tumango naman ako. Kahit na nabigla, nakaramdam ako ng konting kilig. Inirapan ko lang si Mr. Rehaso at tumalikod na.

"Excuse muna, Mr. Rehaso, may pag-uusapan lang kami sa loob ng alaga ko," narinig kong sabi ni Mommy Lorry sa lalaking iyon.

Hinintay ko si Mommy Lorry sa loob ng walang katao-taong club. Maya-maya nga'y dumating siya. Nakikita ko ang makahulugang ngiti sa kanyang mga labi habang papalapit sa akin.

Sinuklian ko rin siya ng simpleng ngiti. "Mommy Lorry, ano ang ibig sabihin ng mga ngiting iyan? Hula ko, parang good news."

"Sinabi mo pa. Ang suwerte mo naman. Sa dinami-dami ng mga dancer ko rito, ikaw pa talaga ang napusuan ni Mr. Rehaso. Matagal ko na siyang costumer dito sa club tuwing bababa siya sa barko. Madatong iyang matanda at guwapo pa."

Mukhang boto si Mommy Lorry sa kay Mr. Rehaso. "Kaso, siya ang nambastos sa akin noon. Paano ako magtitiwala sa kanya?"

"Nam, mabait si Mr. Rehaso. Makulit lang minsan pero okay siya. Kung halimbawang totoo ang sabi niyang liligawan ka, bigyan mo ng chance at baka sa isang lolo pala ang forever mo." Napatawa pa siya matapos sabihin iyon.

Natuwa naman ako sa kanyang sinabi, ngunit bigla ring nalungkot. "Eh, paano po kayo kapag sumama na ako sa kanya? Siguradong malulungkot kayo."

Pilit siyang ngumiti habang mapapansin ko ang namumuong luha sa gilid ng kanyang mga mata. "Siguro nga ay malulungkot ako, Nam. Pero, tumatanda na ako at walang pamilya. Ayaw kong maging selfish sa 'yo. Mahirap ang walang anak. At alam ko namang aalis ka kahit sabihin nating ayaw ko dahil karapatan mo iyon. Hindi ko na mababawi ang buhay, Nam. Pero ikaw, bata ka pa at maraming pag-asa. Hanapin mo, harapin mo. Huwag mo akong tularan. Tumanda akong puno ng pagsisisi sa buhay." Lumapit siya sa akin at mahigit na yumakap. "Alam ko, magiging maganda ang buhay mo kay Mr. Rehaso."

Lumipas pa ang maraming buwan, pinatunayan ni Black Rehaso ang kanyang motibo sa akin. Hindi siya tumigil sa panunuyo hanggang ibigay ko na ang aking 'oo' sa kanya.

MATAGAL akong nakatitig sa kesame ng aking kuwarto. Paulit-ulit na bumabalik sa aking isipan ang sinabi ni Black kanina nang lumabas kami, na ipapaalam na raw niya ako kay Mommy Lorry na dadalhin sa probensiya nila.

Nang sabihin niya iyon kanina, hindi ko alam kung matutuwa na ako o malulungkot. Napamahal na ako kay Mommy Lorry at itinuring ko na siyang parang totoo kong ina. Ngunit naalala ko rin ang sinabi niyang kailangan ko mag-asawa at bumuo ng sariling pamilya.

Dalawang buwan ko nang nobyo si Black. Habang hindi pa siya bumabalik sa barko, nilulubos namin ang bawat pagkakataon na makilala ang isa't isa sa pamamagitan ng pag-date.

Hindi maiiwasan ang mga mapanghusgang mga mata. May naulinigan pa nga akong batang-bata pa raw ako para maging kabit ni Black. Na baka pera lang daw ang habol ko sa kanya. Hind ko na lang pinapansin. Kahit si Black ganoon din ang sinabi sa akin.

"Mahal na mahal kita, Nam. Magkalayo man ang ating edad, hindi naman tumatanda ang aking puso. Huwag mo na lang pansinin ang sinasabi ng ibang tao. Ang mahalaga, mahal natin ang isa't isa," sabi niya minsan sa akin.

Mahinang katok sa pinto ang nagpabalik ng aking kaisipan sa kasalukuyan. Alam kong walang ibang gagawa niyon dahil sa paraan ng pagkatok. Halatang si Mommy Lorry lamang iyon.

Ano kaya ang kailangan niya sa akin? isip ko.

Bumitiw ako ng isang malalim na buntonghininga bago tuluyang bumangon sa kama. Dumiretso sa pinto at agad na binuksan ito. Si Mommy Lorry nga ang bumungad sa akin. Blangko siyang nakatingin sa aking mga mata. Hindi ko maarok ang kahulugan ng mga titig na iyon. May nais ipahiwatig. Misteryoso.

Maya-maya ay humakbang siya pakanan at bumulaga sa aking harapan si Black na nakatago lamang pala sa likuran ni Mommy Lorry. Malapad ang matatamis niyang ngiti at halatang masayang-masaya dahil sa kinang ng mga mata.

Nakaawang ang aking mga bibig. Gustong magsalita ngunit walang tinig na lumalabas. Bahagyang nagulat ako kung ano pa ang ginagawa niya sa amin kahit gayong gabing-gabi na. At isa pa, sarado ang bar dahil may pinaayos si Mommy Lorry sa loob. Kaya wala akong maisip na sapat na dahilan para pumunta siya ng dis-oras ng gabi.

"Ano'ng ginagawa mo rito?" maayos at mahina kong tanong.

Nakita kong napakamot siya ng ulo sabay ngisi. Mukhang may nangyayaring hindi ko alam. "Pinayagan na ako ni Miss Lorry na dalhin ka sa probensiya."

Nang marinig ko iyon, biglang napabaling ang aking tingin kay Mommy Lorry. Pilit na ngumiti siya sa akin habang tumatango-tango. Napapansin kong iba ang sinasabi ng kanyang mga mata kumpara sa ngiting nakapinta sa mga bibig. Agad naman siyang bumawi dahil napansin kong iiyak na siya ngunit hindi niya lang pinahalata.

Lumapit sa akin si Black. "Nam, ngayong pumayag na si Miss Lorry, kailangan na nating umalis. Luluwas na tayo bukas na bukas din."

Mas lalong rumihestro ang gulat sa akin mukha. Bakit parang ang bilis yata? Halos kanina lang kami nag-usap tungkol sa bagay na ito, tapos ngayon, aalis na agad? Naguguluhan pa ako. Hindi ko alam kung ano ang aking gagawin.

"Sige na, Nam, mag-ayos ka na. Sumama ka na kay Mr. Rehaso. Siguradong mabibigyan ka niya ng magandang buhay," garalgal na sabi ni Mommy Lorry.

Dahil doon, hindi ko na napigilan ang pagpatak ng kristal na likido sa aking mga mata. Sagana iyon. Luha ng kagalakan at pasasalamat.

Lumapit ako kay Mommy Lorry at mahigpit na yumakap. Tumugon din siya. "Salamat po sa lahat-lahat. Malaki po ang utang na loob ko sa inyo. Hinding-hindi ko po kayo makakalimutan."

ANG bilis ng mga pangyayari. Kagabi lang, kausap at kayakap ko pa si Mommy Lorry, ngunit ngayo'y malayo na siya at hindi ko na personal na makikita. Tanging sa video call na lang siguro ang way of communication namin.

Bumusina ang barkong aming sinasakyan. Bumalik ang aking isipan. Hudyat na iyon na dumating na kami sa pantalan ng Tablas island.

Sinipat ko ang aking relong pambisig. Alas tres na pala ng madaling araw. Katabi ko lang sa upuan si Black, ngunit tulog na tulog pa rin siya. Halatang napuyat sa biyahe. May edad na kasi.

"Black, babaan na. Dito na siguro tayo," gising ko sa kanya.

Gumising naman siya at tumingin-tingin pa sa paligid. Para bang inaalala sa isipan kung talagang nasa Tablas island na kami. Humihikab din paminsan-minsan.

Nakikita kong nakatayo na rin ang iba pang mga pasahero. Handa nang bumaba sa barko.

Tamayo rin si Black. "Sandali lang. CR muna ako."

Tumango lang ako sa kanya.

Pagbalik niya maya-maya, sumabay na kami sa mga nagsibabaan na ring mga pasahero sa barko. Tumuloy kami sa isang punuang jeep. Mukhang wala na ngang space, eh. Pero ang sabi pa ng barker, may dalawa pa raw, kaya samakay na kami. Umalis na rin ang jeep na iyon maya-maya.

"Ayos ka lang?" mahinang tanong niya sa akin. Magkatabi lang kami sa upuan.

Tumango lang din ako. Ngunit ang totoo, sobrang hirap ng aking kalagayan. Tinitiis ko lang. Isang bako-bakong daan pa, siguradong mahuhulog na sa upuan ang aking puwetan.

Makalipas ang halos ilang minuto ay unti-unti nang nababawasan ang mga pasahero. Naging maluwag na rin ang jeep. "Sa wakas."

Lumiwanag na ang paligid ngunit hindi pa rin kami nakararating ni Black sa bahay nila. Malayo rin pala iyon sa pier.

"Malayo pa ba?" tanong ko. Sa totoo lang, nakararamdam ako ng excitement. Siguradong maganda ang lugar nila dahil sabi ni Black, malapit daw sa tabing-dagat ang bahay nila.

"Malapit na lang. Gutom ka na ba?" aniya. Hindi pa rin nawawala ang kaguwapuhan niya. Kahit halatang may edad kaysa sa akin, litaw na litaw pa rin ang pagkaala-adonis nito. Siguro sa kanyang kabataan, maraming dalaga ang nagkandarapa sa kanya. Napapangiti ako sa aking naiisip.

Mangilan-ngilan na lang ang mga pasaherong sakay ng jeep. Napapansin ko ang kanilang mga mapanghusgang tingin. Sumisingkit ang kanilang mga mata na tila ba may malaking tanong para sa akin kung kaano-ano ako ng lalaking katabi ko na nakaakbay pa sa akin.

Alam ko ang tumatakbo sa kanilang mga isipan. Noon pa man, alam ko nang mararanasan ko ang ganitong karanasan. Simula nang ligawan ako ni Black, batid kong ganito ang magiging husga ng mundo. Lalo na ang mga taong walang alam kung hindi ay bantayan ang buhay ng may buhay.

Lumipas pa ang ilang oras, bumaba na kami sa jeep. May nakaabang na tricycle sa amin na agad namang isinakay ang aming mga dala.

Pagkalipas ng halos kalahating oras, bumaba na kami ni Black sa tapat ng sementadong bahay. Matapos magbayad, umalis na ang tricycle driver.

Nakatuon ang aking paningin sa bahay, maganda naman ito. Nang lumingon na ako, tumambad sa akin ang payapang dagat. May kiosk sa hindi kalayuan. Masarap tumambay roon habang nilalasap ang masarap na hangin buhat sa hininga ng dagat habang kumakape.

"'Pa," isang tinig mula sa pintuan. Nagulat ako kung sino ang tinawag niyang papa.

Lumingon ako upang tingnan ang lalaking tumawag. Masaya ang mga ngiti niya. Makisig ang katawan. Litaw na litaw ang kaguwapuhan. Kahawig siya ni Black.

Kaya naman, may mga tanong na naglalakbay sa aking isipan. Kaano-ano kaya siya ni Black?

"Oh, Junjun. Kumusta ka na, 'nak?" tanong ni Black sa batang lalaki na sa hinuha ko'y kasing edad ko lang.

Anak? May anak pala si Black? Bakit parang wala namang siyang nababanggit? Napatingin ako sa kanya. Nangungusap.

"Anak mo?" mahina kong tanong.

Biglang sumeryoso ang kanyang mukha. Hindi alam kung ano ang isasagot.

NAGTAMPO ako kay Black ng ilang araw. Hindi ko siya pinansin. Kahit magkatabi lang kami sa higaan, dinedma ko siya. Hindi naman ako galit na may anak siya sa una niyang asawa na namayapa na. Ang ikinagagalit ko lang, ang hindi niya pagsabi sa akin na may anak na pala siya.

Ipinaliwanag niya sa akin ang bagay na iyon. Sabi niya, hindi raw naman niya balak itago ang iyon sa akin. Gusto niya raw sabihin iyon sa harapan mismo ng kanyang anak na si Junjun. Ganoon nga ang nangyari. Kaya nabigla ako. Ang buong akala ko kasi, isa siyang matandang binata. Ayon pala ay may anak ding binata na pinapaaral sa Tablas.

Nagsama kaming tatlo sa iisang bubong. Sa ilang araw na magkasama kaming tatlo, unti-unting nakikita ko ang totoong ugali ni Junjun. Akala ko ay magagalit siya sa akin kasi pumatol sa gaya kong elementary graduate at babaeng galing sa club ang tatay niya. Ngunit nagkamali ako sa aking inakala. Masaya niya akong tinanggap ng buong puso. Pero sabi niya, hindi na raw siya magti-tita dahil magkasing-edad lang naman kami. Nam na lang daw. Pumayagan naman ako. Tama naman kasi siya.

Nagluluto ako ng pananghalian nang biglang may lumagabong sa pinto. Parang isang malakas na suntok. Wala si Black dahil may binili sa bayan. Kinabahan agad ako.

Binitiwan ko ang hawak na sandok at tinungo ang pintuan. Binuksan ko ang pinto. Tumambad sa akin ang maraming pasa sa mukha na si Junjun.

"Napaano ka? Sino ang may gawa sa 'yo niyan?" Aalalayan ko pa sana siyang pumasok kaso hinawi niya ang aking kamay. Tuloy-tuloy siyang pumasok patungo sa kanyang kuwarto.

Napatda ako. Hindi ko inaasahang gagawin niya iyon sa akin. Akala ko ba'y okay na kami, ba't ganoon ang pagtrato niya sa akin? Nakapaninibago.

Hindi ko na lang binigyan ng malalim na kahulugan iyon. Baka puyat lang at isa pa, mukhang napaaway.

"Sino kaya ang kaaway niya?" bulong ko.

Bumalik ako sa kusina at tiningnan ang aking niluluto.

Maya-maya lang ay dumating na rin si Black. Sinalubong ko siya sa pintuan upang ipaalam ang nagyari sa kanyang anak. Ngunit hindi ko balak na isumbong ang ginawa ni Junjun sa akin. "Ang junior mo, napaaway yata. Ayon sa kuwarto niya, nagmumukmok."

Parang wala lang kay Black ang aking sinabi. "Hayaan mo, pinapansin niya kasi ang sinasabi ng iba."

"Ganoon lang ang reaksiyon mo? Wala lang?" tanong ko habang sumusunod sa kanya papasok.

Umupo si Black sa sofa. Tumabi ako habang nakatingin sa kanya.

"Alam ko na ang nangyari dahil hinarangan ako ni Aleng Garing kanina at binalitaan nakipagsuntukan daw si Junjun doon sa covered court."

"Bakit daw?"

"Dahil sa 'yo."

Nabigla ako. Bahagyang napaawang ang aking mga bibig. "A-ako? Eh, bakit ako?"

"Pinagtsitsismisan ka raw roon sa plasa. Kesyo, pinikot mo raw ako. Na pera lang raw ang habol mo sa akin."

"Eh, ano naman ang connection niyon kay Junjun?"

"Alam mo naman si Junjun, kapag mahal niya, ipinagtatanggol ng batang iyan. Ayon, nakipagsuntukan sa mga kabataan pinag-uusapan tayo."

Naantig ang aking puso. Ang suwerte ko naman at may anak-anakan akong kaya akong ipagtanggol sa mga taong mapanira. Alam ko namang mangyayari ang mga ganitong panghuhusga ng ibang tao. Preparado na ako sa ganitong kaganapan. Nakaramdam ako ng konting awa kay Junjun dahil pati siya ay nadadamay pa sa mapanirang mundo.

"Eh, bakit pa kasi niya pinatulan?"

Nagkibit-balikat si Black. "Ikaw ba naman ang makarinig ng ganoong mga salita? Ewan lang kung nakapipigil ka pa? Ganito rito sa amin, lahat ng bagay may issue."

Nagbuntonghininga na lang ako at tumuloy na sa kusina upang ihain na ang aming pananghalian. "Tawagin mo na si Junjun. Kakain na."

Maya-maya pa'y nakapuwesto na kami ni Black sa harapan ng hapag ngunit hindi pa rin lumalabas ng kuwarto si Junjun.

"Mauna na lang siguro tayo," wika ni Black.

Tumango na lamang ako bilang pagsang-ayon.

Nasa gitna na kami ng aming pananghalian, nang tumunog ang cellphone ni Black na nakapatong sa side table sa sala. Nakita kong tumayo siya at lumapit doon at agad na sinagot ang aparato.

Napasin kong napatingin siya sa akin bigla. May agam-agam ang kanyang mga mata. Gusto niyang magsalita sa akin ngunit pinaliban niya muna dahil may kausap pa siya sa kabilang linya. Seryoso ang usapan nila.

Nang makabalik na sa lamesa si Black, siya mismo ang bumukas ng usapan tungkol sa balitang dumating sa kanya. "Pinapatawag ako ng aming kapitan sa barko. Kailangan ko na raw bumalik. Bukas na bukas din."

Napatigil ako sa aking pagsubo nang marinig ang sinabi niya. Ilang linggo pa lang kami rito, 'tapos ngayon ay iiwan na niya ako? Parang mahirap pa sa side ko.

"Kailangan ba talagang umalis ka pa? Kailan ka babalik?" halos paluha-luha kong tanong.

Tumayo siya at lumapit sa akin. "Huwag kang mag-alala, babalik din ako agad. Kasama mo naman si Junjun dito, eh. Alam kong hindi ka niya pababayaan. Bibilinan ko siyang tulungan ka sa gawaing-bahay. Okay na ba iyon?"

Nakarehistro pa rin ang lungkot sa aking mukha. Kahit labag sa kalooban, tumango na lang ako. "Sige na nga. Payag na. Basta bumalik ka agad, ha?" baby talk ko.

Niyakap niya ako mula sa likuran. "Pangako, babalik din ako agad. At sa pagbalik ko, magpapakasal na tayo."

Agad kong tinanggal sa pagkakayakap ang braso ni Black at tumayo. Humarap sa kanya. "Seryoso ka bang magpapakasal na tayo pagbalik mo?"

Napangiti siya. "Siyempre naman. Mahal na mahal kita kahit sabihin pa ng mundo na kasinlayo ng lupa at buwan ang ating mga edad, ikaw pa rin ang itinitibok ng aking puso."

Napatawa ako sa hugot niya. "Sira! May nalalaman ka pang ganyan."

Napatawa rin siya at mahigpit akong niyakap.

Saglit pa'y kapuwa kaming nagulat nang marinig namin ang padabog na pagsara ng pinto. Alam naman naming walang ibang gagawa niyon kung hindi ay si Junjun lamang.

Agad na naghiwalay kami ni Black sa pagyayakapan. Nakalimutan kasi namin sandali na kasama pala namin sa iisang bubong ang anak niya. Marahil ay nakita niya kami sa ginagawa namin ni Black kaya sinadya niyang sarahan nang may halong hampas ng pinto bago tuluyang lumabas ng bahay.

"Si Junjun lang iyon, hayaan mo na. Ang mabuti pa, ayusin mo na ang dadalhin ko bukas pag-alis."

Matapos kong ayusin ang pinagkainan, sinunod ko na ang utos ng aking nobyo.

ILANG araw rin akong nakaramdam ng lungkot. Sa loob ng mga araw na iyon, lagi kong tinatawagan si Black. Miss na miss ko na siya.

Haggang hindi ko na siya ma-contact, ito na siguro ang sinasabi niyang maaring nakaalis na sila sa Pilipinas.

Lumabas ako ng bahay. Plano kong pumunta sa kiosk na nakaharap sa dagat. Magpapahangin lang. Umupo ako pagdating doon.

Tanaw ko ang malapad na 'hunasan' kung tawagin nila. Iyon ang bahagi ng dagat na natuyo dahil low tide. Maraming naglalakad doon upang maghanap ng seashells.

Paminsan-minsan ay napapasin kong nagbubulung-bulungan sila sabay tingin sa aking kinauupuan. Nakaramdam ako ng galit. Palagay ko kasi, ako na naman ang topiko nila.

"Nam, pumasok ka na lang sa bahay. Siguradong pag-uusapan ka lang diyan ng mga tao," narinig ko wika ni Junjun sa aking likuran. Mahinahon iyon. Nilingon ko siya at napansin kong nakatingin siya sa mga nag-uumpukan sa may hunasan. May namumuong galit sa mga mata.

Mahina akong tumango at sinunod na lang siya. Nilampasan ko siya at pumasok na sa bahay.

Pagpasok sa loob, sinapo ko ang aking dibdib. Kakaiba ang pinipintig nito. Parang unti-unti nang natututong umibig ng iba. Ang sabik na nararamdaman ko para kay Black ay napapalitan na ng pag-ibig para sa kanya anak. "Hindi ito tama! Hindi ito tama!"

"Ang ano ang hindi tama?" Nasa likuran ko na pala si Junjun.

Dahil sa gulat, na-out balance ako kaya natumba sa sahig. Ngunit bago pa lumapat sa semento ang aking balat, ang matigas na braso ni Junjun ang sumalo sa akin. Napaawang ang aking mga bibig sa pangyayaring iyon. Mas lalong bumilis ang tibok ng aking puso. Hindi ko alam kung may karera ba o may humahabol lang.

Sa lapit ng aming mga mukha, dama ko ang init ng kanyang mabangong hininga. Nakaaadik ang samyo. Masarap sa ilong. Titig na titig siya sa akin. Na parang bang isa akong artista na dapat tutukan ng camera. Nakipagtagisan ako ng titig. Mata sa mata.

Parang mga modelo kami ng isang kilalang pintor dahil sa aming posisyon na dapat bawal gumalaw.

Ako ang unang gumawa ng paraan para putulin ang kahibangang iyon. Mali kasi. Mas pag-uusapan pa kami lalo ng aming mga kapitbahay. At isa pa, nobyo ko ang tatay niya.

Umayos ako sa pagtayo. "Salamat, ha?" Hindi ako nakatingin ng diretso sa kanya. Agad akong umalis at pumasok sa kuwarto.

Sinalampak ko ang aking katawan sa kama. Mahinang tinampal-tampal ang sarili. "Nam, gising. Hindi puwede ang iniisip mo. Huwag mong paglaruan ang mag-ama. Temptation, go away. Huwag ako!" Parang baliw akong kinakausap ang sarili.

Ngunit hindi ko madadaya ang puso, si Junjun na ang isinisigaw nito. Gusto ko siyang mahalin ngunit paano? Lalo na gayong pinangakuan ako ng kasal ng kanyang tatay.

Ramdam kong mahal din ako ni Junjun. Siguro iyon ang dahilan kung bakit pinagtatanggol niya ako sa mga naninira. At iyon din siguro ang dahilan ng kanyang palaging magagalitin dahil nagseselos sa tatay niya.

Naging mailap ako kay Junjun. Kusa ko na siyang iniiwas. Dahil kapag nariyan siya, baka hindi ko mapigilan ang aking sarili. Baka lubusan na akong bumigay sa tukso. Ngunit nahihirapan lang ako. Paano ko iiwasan ang isang taong kasama mo lang sa loob ng iisang bahay?

Hindi kami nagpapansinan. Ngunit ramdam kong ninanakawan niya ako ng mga sulyap. Kalayaan niya iyon at hindi ko siya puwedeng diktahan sa bagay na iyon. Hindi ko na lang pinapansin upang hindi niya malamang unti-unti na akong nahuhulog sa kanya. Nagsasama kami sa bahay na puno ng kaplastikan.

Tumunog ang cellphone. Tiningnan ko ang screen. Si Black. Halos ilang linggo rin siyang hindi tumatawag. "Hello, Black."

"Oh, parang malungkot ka yata aking mahal? May sakit ka ba?"

Ngumiti siya. "Wala naman. Medyo napaos lang ako sa kakain ng mangga kahapon na dala ni Junjun mula kay Manang Silda."

"Ah, ganoon ba?" Marami pa kaming pinag-usapan, ngunit hindi ko masabi sa kanya ang kakaibang damdamin na mayroon ako sa kanyang anak. Hanggang ibaba ko na ang linya.

MALALIM na ang gabi, nag-aalala na ako para kay Junjun. Hindi pa siya nakauuwi mula sa bayan. Kung ano-ano na ang pumapasok sa utak ko na nagpapakaba sa akin. "Saan ka na ba, Black Junior?"

Sinusubukan kong tawagan siya sa kanyang cellphone, ngunit hindi niya sinasagot. Natutukso na akong tawagan ang tatay niya para ipaalam dito na ang anak niya ay lagi na lang gabi na umuuwi. Ngunit hindi ko ginawa.

Sinara ko ang pinto ngunit hindi ko ni-lock. Upang kapag pumasok mamaya si Junjun, hindi na niya ako gigisingin pa. Tumuloy ako sa kuwarto sapagkat kanina pa ako inaantok.

"Bakit nagiging pasaway ka na, Junjun?" bulong ko. At unti-unti kong nare-realize, na parang sobra na ang pag-aalala ko sa kanya. Dahil siguro ay special siya sa akin kaya ganoon.

Bumuntonghininga lamang ako at humiga na sa kama.

Hindi ko alam kung ilang oras na akong nakatulog nang maramdaman ko ang isang mainit na labi na dumadampi sa aking labi. Akala ko ay isa lamang panaginip kaya nagising ako. Ngunit totoo ang lahat.

Kahit may kadiliman ang aking silid, nababanaag ko ang bolto ni Junjun. Alam kong siya ang yumayakap sa akin. Alam kong mali ito ngunit hindi ako pumalag. Binigyan ko siya ng laya upang ipagpatuloy ang kanyang gustong gawin.

"Junjun, huwag mong gawin ito," bulong ko ngunit iba ang sinasabi ng aking utak.

Hindi siya nagpatinag. Alam kong lasing siya kaya may lakas ng loob na gawin ito. Katunayan nga, hindi nga kami nag-uusap kahit magkasama pa sa bahay.

"Sorry, Nam. Pero mahal kasi talaga kita. Mahal na mahal. Hindi ko na kanyang itago pa ito sa 'yo." Nagpatuloy lang siya habang unti-unting hinuhubad ang aming mga saplot.

Napaluha na lang ako. "Mahal din kita," ngunit sa isip ko lamang iyon.

Pinalaya ko ang aking puso. Sinaluhan namin ni Junjun ang init ng gabi. Kinalimutan muna ang mga agam-agam. Hindi lang isang beses, kung hindi ay naulit pa. At naulit pa.

Hindi namin alam kung ano ang mayroon sa aming dalawa. Ang mahalaga, masaya kaming nagsasama sa aming munting tahanan. Kay Junjun na ang aking puso ngayon.

KAGIGISING ko lang habang nakasampa sa dibdib ni Junjun. Nang biglang nakaramdam ako ng kakaiba. Parang masusuka.

Dali-dali akong lumabas ng kuwarto at tumuloy sa kusina. Pagdating doon, nagsuka nang nagsuka ako.

Hindi ko namalayang sumunod pala si Junjun. "Sweet, anong nangyari sa 'yo?" Hinimas-himas niya ang aking likuran.

Nang humupa na, humarap ako sa kanya. "Sweet, buntis ako."

ABBREVIATION_PLACEHOLDER Nakita kong nagulat siya pero may kinang ang mga mata.

SABAY-SABAY na katok ang nagpagulat sa amin ni Junjun. Mag-aalmusal kami.

"May bisita yata tayo, buksan mo?" utos ko kay Junjun.

Tumayo naman siya upang pagbuksan kung sinuman ang nasa labas.

Nang bumalik siya, kasama na niya ang kanyang tatay—si Black.

Nagulat ako at natatakot. Hindi ko alam ang gagawin. Paano ko ba ipapaliwanag ang lahat? Saan ako magsisimula? Tatayo pa sana ako para salubungin siya ng halik, ngunit pinigilan niya ako. "Huwag ka nang tumayo, Nam. Alam ko na ang lahat. Sinabi na sa akin ni Junjun."

Bigla kong binalingan ng tingin si Junjun. Matalim. Sinabi na niya pala sa tatay niya ang lahat, habang araw-araw akong sinisiil ng aking konsensiya.

Nakita kong lalapit sa akin si Junjun. "Sorry. . ."

Ngunit nilampasan ko lamang siya at tumuloy sa kuwarto. Tahimik na tumulo ang aking mga luha. Hindi ko alam, ngunit pakiramdam ko, pinaglalaruan nila ako.

Ilang araw rin akong tahimik lang. Hindi naman tumagal sa bahay si Black at bumalik din agad ng Manila.

Hindi ko matiis si Junjun kaya kinausap ko na rin siya. "Kailan pa nalaman ng papa mo ang tungkol sa ating dalawa?"

"Noong bago pa siya umalis."

"Bakit hindi mo sinabi? Nang hindi ako kinabahan araw-araw sa ating pinaggagawa?"

"Sorry na." Niyakap niya ako. "At may sasabihin pa ako. Hindi ko siya totoong tatay. Buntis na si mama noong naging girlfriend ni Papa Black si mama. Ibig sabihin, hindi siya ang aking totoong tatay."

Nagulat ako sa rebelasiyong iyon. "Bakit mo sinasabi sa akin ang lahat ng ito?"

"From this day, magiging honest na ako sa 'yo. Lahat ng tungkol sa akin ay may karapatan ka ng malaman iyon."

Mas hinigpitan ko pa ang yakap. "Salamat."

Sabi pa pala ni papa, "Maghanda na raw tayo, dahil next month ay magpapakasal na tayo. Tawagan mo na ang mama mo."

Kumalas ako sa pagkakayakap. Nagulat ako sa sinabing magpapakasal next month, pero mas nagulat ako sa huli niyang sinabi na tawagan ko na raw ang mama ko. Walang akong mama. Si Mommy Lorry lang ang mayroon ako.

"Wala akong mama? Lumaki ako sa ampunan."

"Akala ko ba ay kilala mo na ang iyong totoong mama? Iyon kasi ang sabi sa akin ni Papa Black."

"Ha?" Naguguluhan na ako.

"SORRY, Nam. Ako ang totoo mong mama. Hindi ko kasi alam kung paano ka buhayin noon kaya iniwan kita sa ampunan," sabi ni Mommy

Lorry. "Ngunit hindi kita iniwan. Lagi kitang binantayan, hanggang ampunin ka at tumakas."

Hindi ako nakapagsalita. Hindi ko alam ang gagawin habang malayang tumutulo ang mga luha.

"Nam. . ." si Black ang nagsalita. "Huli ko na nalamang ako pala ang iyong tatay. Sorry. Naging pabaya ako at magpasasa sa buhay. Hindi ko man lang alam na may anak na pala ako. Kaya kita dinala rito sa probinsiya para makabawi. At dito ko rin balak sabihin sa iyo ang lahat, ngunit wala pa akong lakas ng loob. Ngayon lang. Sana patawarin mo kami. Hayaan mong makabawi kami sa 'yo. Sa araw ng iyong kasal bukas, may mga magulang nang hahatid sa 'yo sa altar."

Wala akong galit. Ang pangarap kong mabuo ang aking pamilya ay matutupad na.

Ikinasal kami ni Junjun na may pahintulot ng aking mga magulang.

Sa dinami-dami ng pinagdaanan ko, isang bagay ang aking napatunayan. Hindi bingi ang Diyos sa aking mga panalangin.

Wakas.

Pandemic Sa Pinas

MAINIT, sobrang init! Ramdam kong unti-unti nang lulusaw ng aking buong katawan. Dama ko na ang parusa ng impiyerno. Gusto kong sumigaw ngunit naubusan na ako ng boses. Nais ko sana silang pigilan sa pagpaparusa sa akin, ngunit ano ang aking karapatan para pigilan sila? Tulad ko, ginagawa lamang nila ang kanilang trabaho upang iligtas ang buong Pilipinas sa Covid-19.

Batid kong napipilitan lamang sila na sunugin ang aking katawan. Pero iyon ang nararapat sa isang katawan na namatay dahil sa Covid-19. Deserve kong matupok at maglaho sa kawalan. Gusto kong sumama sa hangin habang ako'y walang kuwentang abo lamang na sinasaboy upang bigyan ng laya ang pinolbo kong katawan.

Laya? Kalayaan? Oo, malaya na ako sa virus. Gagawin na lang bilang pataba sa mga tanim ang aking pinong alikabok na tinupok ng apoy. Doon, kahit papaano, may silbi ako. Sana maisipan iyon ng mga natira. Hindi ko gustong taguin nila ang aking abo at mananatiling walang silbi habambuhay.

Pinatay ako ng corona virus at pinalamon sa pulang apoy. "Ha. . ."

Tunog ng alarm clock ang nagpagising sa akin mula sa masamang panaginip na iyon. Bumangon na ako at may training pa kami.

2018. . .

Pagdating namin sa bahay, sinalubong agad ako ng mga malalakas na hiyawan at palakpakan. Binabati nila ako sa aking pagtatapos bilang sundalo.

Nasorpresa ako sa kanilang hinanda. Hindi ko iyon inaasahan, pero deep inside, sobrang saya ko. Pero may mas masaya pa kaysa sa akin—si Mama. Abot-langit ang kanyang tuwa at kitang-kita ko iyon sa kanyang mga mata. Kagalakan iyon ng isang single parent na nakapagtapos ng anak sa pamamagitan ng pagtitinda sa palengke. Ngayon ko lang nakita ulit si Mama na gano'n kalapad ang ngiti ng kanyang labi. Alam kong proud siya sa akin. Pero para sa akin, mas proud na proud ako sa kanya. Ginapang niya kasi ako sa aking pag-aaral. Ang gabi, minsan ginagawa niyang araw para kumayod at kumita ng kakarampot nang may ipadala sa akin doon sa Baguio.

Kita ko, ramdan ko, kung gaano ako kamahal ni Mama. Kahit pagod na siya, kaya niya pa ring tumayo at itulak ako paabante papunta sa aking pangarap—sa aming pangarap. At ngayong araw, natupad na ang pangarap na iyon. Ang pangarap na matagal na naming sinimulan and finally, hawak ko na ang aking titulo bilang sundalo ng bansang Pilipinas.

Gusto kong umiyak sa tuwa dahil sa pamamagitan no'n doon ko maipapakita ang tamang laman ng aking puso. Kailangan kong maging masaya kasi ako ang bida ngayon. Naramdaman kong ako ang pinakaimportanteng tao sa aming lugar. Lulubusin ko na kasi bukas wala na 'to. Tapos na ang kasiyahan at haharap na muli sa totoong giyera ng buhay.

Pinahid ko ang ilang butil ng luha sa aking mga mata at lumapit sa karamihan upang samahan silang sa aking tagumpay.

———

NAKAUPO ako sa harap ng aming bahay. Ninanamnam ang tamis ng hanging panggabi na dumadapyo sa aking balat. Tila parang naninibago ako sa atmospera. Doon kasi sa dorm, maingay ang aking mga kasama at ang mga ingay na iyon ang nagbibigay saya sa bawat isa.

Mayron akong naamoy. Amoy na nagpabuhay ng aking diwa—kape.

Tama nga. Paglingon ko nakita kong papalapit si Mama na may dalang isang tasang kape at sumusunod sa kanya ang bunsong kapatid ko na si Rona. Dalawa lang kaming magkakapatid. Sundalo rin ang papa ko na nasawi sa bakbakan noong nasa highschool pa lang ako.

Alam na alam talaga ni Mama ang kahinaan ko. Oops—kaligayahan ko pala.

Inabot sa akin ni Mama ang kape. Umuusok-usok pa ito at nalanghap ng aking ilong ang masarap na aroma.

Umupo si Mama sa aking kaliwa at sa kanan naman si Rona.

Na-miss ko ang moment na ito lalo na noong buo pa kami. . . noong buhay pa si Papa.

Namagitan sa amin ang matagal na katahimikan habang nakatanga sa mga bituin. Alam ko, iisa lang ang nasa mga isipan namin—si Papa!

Nagkatinginan kaming tatlo at sabay na nagngitian.

Awkward, 'no? Pero palagi namin iyong ginagawa noong buhay pa ang aking papa.

Maya-maya'y biglang umulan, sabay kaming nagsitakbuhan papasok sa loob ng bahay.

Tumuloy sa kusina si Mama at sa CR naman si Rona. Ako naman ay tumungo sa bintanang rehas at pinagmasdan ang bawat patak ng ulan sa labas.

Hindi ko alam, pero nakaramdam ako ng lungkot nang mga sandaling iyon.

MAY dalawang buwan pa kaming bakasiyon ng mga kasama ko bago kami sasabak sa una naming mission. Mixed emotions ang aking nararamdaman. Excited ako pero natatakot din. Gayunpaman, susulitin ko ang bakasiyong iyon.

May mga pagkakataong pinupuntahan ko ang mga dati kong kaklase at nakikipag-inuman kahit ilang bote lang sa kanila. Na-miss ko tuloy ang aking highschool life kasama sila. Buti na lang hindi ako KJ noon kaya ngayon tinatawanan lang namin ang mga kabaliwan at kabalbalan naming magkabarkada.

Habang sa gitna ng aming inuman, pumasok sa usapan ang dati naming mga crush at mga ex. Siyempre, ako ang pinaka-good boy sa lahat. Si Layla lang talaga ang gusto ko. Kaso, may boyfriend siya noon kaya hindi ako makaporma. At inaamin ko, siya pa rin naman hanggang ngayon.

Nang mag-graduate na kami, wala na akong balita sa kanya. Kamusta na kaya siya? Parang ako na lang yata ang walang jowa o asawa sa grupo. "Ano ba 'yan? Hindi naman ako pangit, bakit single pa rin ako?"

Tinapik ako ni Jordan sa balikat. "Makahahanap ka rin ng para sa 'yo. Malay mo, hinihintay ka lang pala ni Layla."

Nagulat ako sa sinabi niya, kaya nangusap ang aming mga mata. Gusto ko sanang mag-usisa ngunit naunahan ako ng hiya. Baka isipin nilang hindi pa rin ko naka-move on kay Layla. 'Yon naman talaga ang totoo, hindi ko lang maamin nang harapan. Hahayaan ko na lang na si Jordan mismo ang magkuwento ng bagay na iyon.

"Ligawan mo na, p're. Balita ko, single na raw ulit si Layla ngayon. Break na raw sila ng fuckboy niyang boyfriend na crush ng bayan na si Kurt Ponce," ngumiti pang wika ni Jordan.

"P're, nakakahiya," sabi ko.

"Nahihiya ka ba talaga o natatakot ka lang sa rejection?" sabad ni Ven. "Sagutin ka man niya o hindi, atleast you try. Wala kang regret sa bandang huli. Malay mo, kayo pala ang MTB."

"MTB?"

"Meant-to-be, gago!" si Arthit ang sumagot.

Nagtawanan na lang kami.

Napaisip din ako. Oo nga, bakit hindi ko nga i-try? Hindi talaga mawaglit sa isip at puso ko si Layla. Siya pa rin talaga ang umu-occupy nito. Ano ba iyan?

And speaking of, I saw her coming in our place. Kinabahan tuloy ako. Papalapit na siya kasama ang ilang mga kaibigan! Ano'ng gagawin ko?

"Layla, over here!" tawag ni Jordan.

"TINEXT ko siya kanina," bulong ni Jegs sa akin. Si Layla ang kanyang tinutukoy.

"Pare, moment mo na 'to. Huwag kang torpe," mahinang sambit ni Jordan.

Lumapit na nga ng tuluyan ang grupo ni Layla sa amin. "Good evening, guys."

Natameme ako sa aking kinauupuan. Lalong gumanda siya. Parang umatras ang aking dila sa aking nasilayan. Totoo ba 'to?

Natauhan na lang ako nang iangat ni Layla ang nakanganga kong bibig. Tumabi pala siya sa akin.

"Close your mouth, baka pumasok ang lamok diyan," nakangiting turan niya.

Napahiya tuloy ako. Ang ganda niya talaga. Nakangiti ako habang nakatitig sa kanyang mukha. "You're so beautiful."

You're so beautiful, sigaw ng aking isipan. Pero hindi ka namalayang naisatinig ko na pala iyon.

"Really? You're handsome, too."

Nagpalitan na kami ng matatamis na mga kataga na nagpaantig ng aming mga puso.

Tumikhim si Jordan upang istorbohon kami sa aming ka-sweet-an. Kinuha nito ang basong may alak at itinaas iyon. "Cheers!"

Itinaas din namin ang aming mga baso. "Cheers!"

Hindi ko tinapos ang gabing iyon na hindi kami nagkausap nang sarilinan ni Layla. Handa na ako! Buo na ang aking loob upang magtapat sa kanya. Anuman ang magiging kahinatnan nito, handa akong tanggapin iyon na bukal sa kalooban. Atleast, for how many years na tinago ko ang pagmamahal ko sa kanya, finally, mailalabas ko na rin. "Layla, I-I like you."

"I'm so-sorry, Romnick. Hindi pa ako handa sa bagong relasiyon. Masakit pa kasi ang ginawa ni Kurt sa akin. I hope you understand me."

"Oo, okay lang. Handa naman akong maghintay hanggang kailan. Pero kapag hindi na dumating ang araw na iyon, hindi ko pagsisisihan ang gabing ito na nasabi ko sa 'yo na mahal kita. Ang mahalaga, alam mo may nagmamahal sa 'yo, ako."

Nakatingin lamang si Layla sa akin.

"Puwede ba kitang mayakap?" pakiusap ko.

"Sure." Pinagbigyan niya ako. Parang hindi ako makapaniwala.

"Posibleng ito na siguro ang una at huling kayap ko sa 'yo," sabi ko sa kanya sa malungkot na tono.

Naramdaman kong kumalas siya sa pagkakayakap. "What do you mean?"

"Aalis na kami ng mga kasama ko next week for our first mission. Alam mo na, call of duty. Kung saan kami ia-assign, doon kami. Hindi ko alam kung kailan pa ulit tayo magkikita. Sa trabaho namin, pag-alis ng bahay, buhay pa kami, we're not sure kung buhay pa kami pagbalik."

Niyakap ulit ako ni Layla. Mahigpit iyon. "Mag-iingat ka roon."

"Siyempre naman. Para sa 'yo, mag-iingat ako. Sana sa pagkikita nating ulit, handa ka nang maging asawa ko."

Tinapik niya ako sa balikat. "Sira!"

PAPASAKAY na sana ako sa bus nang marinig kong may tumawag sa aking pangalan. "Romnick!"

Mabilis akong lumingon at nakita ko ang patakbong papalapit na si Layla. Bumaba muna ako sa unang baitang ng hagdanan ng bus upang salubungin siya

Umiiyak ito habang papalapit sa akin. Nabigla ako nang bigla niya akong niyakap. Hindi ko alam kung ano ang kahulugan ng yakap na iyon.

Pero inaamin ko, may mga munting saya na nabuhay sa aking puso.

"I love you, Romnick."

Nagulat ulit ako sa aking narinig. Parang hindi ako makagalaw ni makaimik man lang. Ganito pala ang feelings kapag sinagot ng nililigawan?

"Hoy! I said, I love you." Mahinahon siyang kumalas sa pagkakayakap sa akin.

"Ha? Eh, A-ano ang isasagot ko? M-may gusto ka bang marinig? A-ano?" Nabulol na ako. Parang ang bilis naman yata ng mga pangyayari. Talaga, may girlfriend na ako? At 'yong ultimate crush ko pa mula noong highschool. I can't believe this, but this is it. Katabi ko na ngayon, kasama, kayakap at kahawak-kamay pa. We breath in the same air.

"I love you, too," halos walang boses kung sambit.

Tinapik ako ni Layla. Natulala kasi ako. Niyakap ko na lang siya ulit. Mahigpit iyon.

Mula sa 'di kalayuan, nakamasid lang pala ang mga kaibigan ko noong highschool. Nakathumbs-up na sina Jordan at Ven. Nginitian ko na lang ang mga loko.

"O, aalis na tayo. Dito na ba ang lahat?" sigaw ng konduktor ng bus.

Nagpaalam na ako kay Layla. Kinawayan ko na lang ang mga kaibigan ko bilang pamamaalam.

Paakyat na ako sa bus nang hilahin ako ni Layla palapit sa kanya at hinalikan sa mga labi. Hindi ko iyon inaasahan. Kaya naman halos lalabas na sa aking dibdib ang tumitibok kong puso dahil sa sobrang saya.

Palakpakan naman ang mga kaibigan ko at ang iba pang mga sundalo na nakakikilala sa akin. Mayroon ding sumipol pa.

Nakaramdam ako ng konting hiya. But deep inside, walang mapagsidlan ang galak na aking nararamdaman.

Tinapos ko na ang ang masayang eksenang iyon dahil aalis na ang bus.

Umaalis na ang sinasakyan ko pero ang mga mata ko ay nakapagkit pa rin kay Layla. Sana noon isang linggo pa niya ako sinagot upang masulit namin ang aming pagsasama. Hindi bale, babawi ako sa susunod na uwi ko. Ang importante ngayon, girlfriend ko na siya at boyfriend na niya ako. From this moment, hindi na ako single. Gusto ko ipakita at ipadama sa kanya na hindi siya nagkamaling sinagot niya ako.

Tinapik ako ng aking katabi. "Ang ganda naman ng girlfriend mo, buddy. Mukhang mahal na mahal niyo ang isa't isa, ah? Ilang taon na ba ang relasiyon n'yo?"

Napangisi ako sa tanong na iyon. Sinipat ko muna ang aking relo at sumagot. "30 minutes pa lang, buddy."

"30 minutes? Meaning, ngayon ka lang niya sinagot. Wow naman, ang lucky mo talaga. Sana all may last minute kiss sa bagong girlfriend."

"Sira!"

Nagkatawanan lang kami hanggang dumating sa aming barracks.

Magbibihis na sana ako nang mapansin ko ang kumikinang na bagay sa kuwelyo ng aking jacket. Ano kaya ito?

———

"BAKIT nasa iyo 'yan?" tanong ni Layla buhat sa kabilang linya. Ang tinutukoy niya ay ang kuwentas na hawak ko ngayon na nakita kong nakadikit sa aking jacket kanina. Ito ang una naming vedio call.

Napangiti muna ako bago sumagot. "This is what we called destiny." Kumindat pa ako pakabanggit ng destiny.

"Destiny ka riyan! Aber, explain mo nga kung bakit destiny na napunta sa 'yo ang kuwentas ko?"

"Ahm. . ." Medyo nag-isip pa ako kunwari. "Hindi ko 'to hiningi, hindi ko rin kinuha. Nagkusa siyang kumapit sa jacket ko. Ibig sabihin lang—"

Tahimik lamang na nakaabang si Layla sa susunod kong sasabihin. Nakangiti siya habang naghihintay.

"Ibig sabihin lang, pag-aari na kita kasi alam kong mahalaga sa 'yo ang kuwentas na 'to."

Nakita kong biglang tumulo ang mga kristal sa likido sa mga mata niya. Pasimple niya iyong pinahid sa akala hindi ko napansin iyon. Bakit kaya siya napaiyak?

"Ano 'yon?" Ang kanyang pagluha ang aking tinutukoy.

"Ang ano?"

"'Yong tumulo sa mga mata mo."

"Nakita mo pala eh, siyempre luha. Tinanong mo pa," nakangiti niyang sagot. Kahit namemelosopo siya, cute niya pa rin.

"I know. What I mean is, bakit ka umiyak? May nasabi ba ako? Na-offend ba kita? Sorry na." Nag-baby talk pa ako.

"Tumigil ka nga, pinakikilig mo na naman ako. Mamaya mo, baka bumalik ka rito nang dis-oras sa tabi ko. Sige ka. . ."

"Gusto ko 'yon." Sabay kaming napatawa. "Sige, titigil na po. I love you, crush."

Napangiti ulit siya. "Gusto mo ba talaga malaman kong bakit ako napaiyak kanina?

Tumango lamang ako.

"Naalala ko lang kasi ang sabi ni Papa tungkol sa kuwentas na iyan. Binigay niya iyan sa akin noong debut ko. Sabi niya, balang araw ay mawawala raw ang kuwentas na 'yan at mapupunta sa isang lalaki na magiging asawa ko. Noong una, nagduda ako na baka hindi totoo kasi hindi naman nawala no'ng kami pa ni Kurt. Pero ngayon, gusto ko nang maniwala sa kahulugan kung bakit napasaiyo ang aking kuwentas."

Na-shock ako sa sinabi niya. "Really? Totoo ba 'yan?"

"Oo. At ikaw ang lalaking iyon, Romnick. Ingatan mo ang kuwentas ko at ingatan mo rin ako. I love you, too."

"Ang sweet naman ng asawa ko," biro ko.

"Asawa ka riyan!" Natawa naman siya.

Marami pa kaming pinagkuwentuhan hanggang nagpaalam na kami sa isa't isa.

Kahit LDR, healthy ang aming communication ni Layla. Araw-araw kaming nag-uusap. Ang mga masasaya at masasarap na mga katagang nagpapataba ng aming mga puso.

Kahit sa video call lang kami nag-uusap, napagplanuhan naming magpakasal na next year. Kahit simple lang, ang mahalaga may blessing ng Diyos at ng pamilya namin ang pagmamahalan at pagbuo namin ni Layla ng pamilya.

———

ISANG taon na ang aming relasiyon ni Layla. Parang kailan lang at magiging asawa ko na siya next April 2020. Binago kasi namin ang date ng aming kasal dahil sa ilang mga problema.

"Anak, sigurado ka na ba sa desisyon mo? Hindi laro ang pagpapakasal, kaya pag-isipan mo muna nang mabuti bago ka sumugod," untag ni Mama sa kabilang linya. Sa video call lang talaga kami magkukumustahan at nagbabalitaan.

"Opo, 'Ma. Kilala ko po si Layla since highschool at sigurado na ako sa kanya."

"May tiwala ako sa 'yo, anak. Kumusta ang trabaho, mahirap ba?" Halata sa boses nito ang pag-aalala.

"Okay lang naman, 'Ma. Medyo mahirap pero kaya lang. Para sa bayan. . ."

"Basta ang advice ko huwag mong kalimutan ha? Piliin palagi kung ano ang tama. Ibigay ang the best at maging mabuti sa kapuwa."

Gano'n ka-caring si Mama. Parang gusto ko na lang pumirme sa bahay.

Napangiti na lang ako. "Opo, 'Ma. Salamat po. Saan po pala si bunso?"

"Sa school pa. May sasabihin ka ba sa kanya?"

"Wala naman po. Gusto ko lang siyang asarin."

Napangiti si Mama. "Ikaw talaga. Basta, mag-iingat ka riyan. Mahal na mahal ka namin."

"Kayo rin po. I love you, 'Ma."

"I love you, 'nak. Bye."

"Bye."

Bumalik ako sa headquarter. May TV doon at naabutan kong nanonood ng balita ang aking mga kasama.

"Grabe na talaga ang virus sa China, ano? Sana hindi na rito dumating sa Pilipinas. Nakakatakot! Maraming mamamatay kung sakali," dinig kong wika ng isa.

"Oo nga," tugon naman ng isa pa.

Pinakinggan ko lang ang mga sinabi pa ng iba habang umuusal ng maikling panalangin sa aking isipan. 'Lord, ingatan Mo po ang Pilipinas.'

Hindi rin ako tumagal doon. Pumasok ako sa aming tulugan at sandaling nag-facebook. Halos laman niyon ay ang tungkol sa NCoV. Inaksayahan ko ng oras na basahin ang mga nakalagay roon. Ang iba ay halatang fake news pero mayroon namang totoo dahil sa source nito.

Nabasa ko roon na total lockdown na pala sa Wuhan, China. Maraming bali-balitang nagmula raw sa pagkain ng paniki ang kumakalat na virus.

"Ang daming puwedeng kainin, bakit kasi paniki pa?"

Maya-maya pa'y may ilang mga kasama akong pumasok sa aming tulugan. Isang malaking kuwarto iyon at nakalihera ang mga double-deck na tulugan.

Ang isa sa kanila ay katabi ko sa tulugan. Napansin kong lupaypay ang kanyang mga balikat habang nakaupo sa higaan. Nakita ko ring nahilamos niya ang mga palad sa mukha, na tila ba may dinadalang mabigat na problema.

"May problema ba, buddy?" tanong ko ngunit hindi ko man lang siya tiningnan kasi busy ako sa kaka-scroll sa facebook.

Narinig ko mula sa kanya ang malalim na paghinga. "Meron, buddy, eh." Napansin ko ang lungkot sa kanyang boses.

Nilapag ko ang aking cellphone sa higaan at hinarap siya. "Puwede mong sabihin. Baka matulungan kita."

"Ang kapatid kong OFW sa Wuhan, positive raw sa NCoV." Nakita kong tumulo ang mga luha sa kanyang matapang na mukha.

Ako'y naniniwala, kapag umiyak na ang matapang na tao, for sure, mahal na mahal niya ang iniiyakan.

Kailangan niya ngayon ng kaibigan. Bumaba ako sa aking higaan at umupo sa kanyang tabi. Inakbayan ko siya. Gusto kong ma-comfort ko siya sa kanyang mabigat na pinagdadaanan. Wala man akong mga salitang ibinigkas pero batid kong nakatulong ako sa kanya.

Mahirap nga namang tanggapin na ang isa sa mahal mo sa buhay ay nasa bingit ng kamatayan. Bukas, makalawa, mababalitaan mo na lang na wala na sila.

Napaisip tuloy ko. Ako kaya, kaya ko bang tanggapin na magka-virus si Mama, o si bunso, o si Layla, o isa sa mga kaibigan ko, o ako mismo?

Parang gusto ko na ring umiyak pero pinilig ko ang aking ulo. Negative na nga ang mga nangyayari sa mundo, negative pa ako mag-isip?

Bumalik ako sa aking higaan at sakto namang tumunog ng sabay-sabay ang aming mga cellphone. Nagulat ako nang malaman kung sino ang nag-text!

NAKATANGGAP kaming lahat ng text mula sa taas. Nasasaad roon na kailangan na naming bumalik sa kanya-kanya naming mga lugar at doon muna kami magbibigay ng aming serbisyo habang binabantayan na hindi makapasok sa Pilipinas ang NCoV.

Masaya ako kasi mas malapit na ako sa aking pamilya at kay Layla. Ngunit sa kabilang banda, may kaunting takot din dahil sa banta ng virus.

Habang nasa loob kami ng bus, tila may kanya-kanya kaming mundo. Ang dating maingay ay nagmistulang biyernes santo ang tagpo roon. Tahimik ang bawat isa na tila ba may malalalim na iniisip. At hindi ko iyon maikakaila kasi ramdam ko ang mga iniisip nila. Isa rin ako sa kanila na nababahala tungkol sa virus na kumakalat sa buong mundo.

Natatakot na kami! Iyon ang kahulugan ng katahimikan na iyon.

Lumipas pa ang maraming araw, mabilis kumalat ang virus at nakapasok na sa Pilipinas.

Dumoble ang takot na aking nararamdaman. Heto na ang kinatatakutan ko! Batid kong kamatayan ang hatid nito sa maraming Pilipino. Ngunit ano ang aking gagawin upang mapigilan ang pagkalat nito? Wala na yata! This is so horrible!

March 2020, dineklara ng pangulo sa buong Pilipinas ang ECQ o Enhanced Community Quarantine ngunit hindi iyon naging matagumpay. Marami talagang mga pasaway na lumalabag sa mga ipinatutupad ng gobyerno. Kahit simpleng curfew nga, ayaw pa nilang sundin.

Lumala at lumubo ang nagkaroon ng Covid-19—ito ang bagong pangalan ng NCoV. Ang matatanda at mga bata ang mabilis nitong kapitan. At ayon sa survey, marami na ang namamatay.

Sa pagtakbo ng mga araw, ang halos lahat ay binalot na ng takot. Kahit ako ay natatakot na rin bilang frontliner sa aming lugar. Pero kailangan naming magpakita ng katatagan sa mga tao.

Natatakot ako para sa pamilya ko, kay Layla at sa aking sarili.

Kalauna'y nadiskubrehan ng mga eksperto na ang nagkakaroon ng virus ay nagkakaproblema sa isipan. At ang malala pa, iyon ang magiging sanhi ng kamatayan.

Ang ibang positive sa Covid-19 ay walang sintomas. Kaya nag-abeso ang gobyerno, kapag kahinahinala ang mga ikinikilos ng kasama nila sa bahay, dalhin agad sa hospital upang hindi na makapanghawa pa sa iba. Ngunit may ibang itinatago pa nila ang kanilang pasyente.

"Walang gamot o bakuna ang Covid-19," dinig kong sabi ng doctor sa facebook. Delikado na ito!

Tumawag agad ako sa bahay upang kumustahin sina Mama at bunso. Ayon sa mga ito, okay lang naman daw sila.

Medyo napanatag ang aking kalooban nang malaman kong nasa mabuti silang kalagayan.

"Mama, mahal na mahal ko kayo ni bunso. Mag-iingat kayo riyan. Huwag na po kayong lumabas ng bahay."

Hindi na nakasagot si Mama dahil umiiyak na siya. Pinatay ko na lang ang cellphone kasi naaawa ako sa kanya. Namasa gid ang gilid ng aking mga mata.

Sa totoo lang, ilang kilometro lang ang layo ng bahay namin sa aming pinupuwestuhan upang magbantay sa mga kalsada upang masigurado ang seguridad ng kalugar namin.

Mula nang bumalik sa aming lugar, hindi pa ako nakapasok ng bahay dahil natatakot ako para sa kanilang kalagayan. Isa akong frontliner at araw-araw iba't ibang tao ang aking nakasasalamuha sa kalsada. Baka ako pa ang maging carrier ng Covid-19 sa bahay namin. Ayaw ko silang mawala sa buhay ko.

Kahit si Layla, sa cellphone na lang kami nag-uusap.

Postponed muna ang aming kasal na sana gaganapin sa susunod na buwan. Kaya kong maghintay basta huwag lang siyang mawala sa aking ng panghabambuhay dahil sa Covid-19.

EXCITED akong dinampot ang aking cellphone, hinihintay ko kasi ang text ni Layla. Ngayon sana ang araw ng aming kasal. Pero nang dahil sa pandemya, hindi muna namin ito itutuloy.

May isang unread message sa screen. Binasa ko iyon. Nang matapos ko basahin, biglang humina ang aking mga tuhod dahil sa mga sinabi roon kaya napaluhod na lang ako sa aking kinaroroonan at kasabay niyon ang pag-agas ng masaganang luha sa aking mga mata.

Sana pananginip lang ito o prank lang! sigaw ng aking utak. Ngunit alam kong totoo iyon. Wala na siya! Wala na ang babaeng sana kaulayaw ko ngayon sa harap ng altar.

Hindi naka-phonebook ang number na nag-text kanina. Pero nagpakilala naman siya. Mama raw siya ni Layla.

Sinubukan kong tawagan ang number at nag-ring naman. Nag-usap kami ng mama ni Layla at sinabi nito ang lahat-lahat sa akin.

Matagal na palang positive sa Covid-19 si Layla at inilihim niya ito sa akin upang daw hindi ako mag-alala sa kanya. Ang sakit!

Hindi ko matanggap na ang babaeng gusto ko mula pa noong highschool at pakakasalan ko na sana ay ninakaw sa akin ng Covid-19. Nawalan ulit ako. Bumalik na naman ang sakit sa aking dibdib gaya noong nawala si Papa sa amin. Ah, ang sakit talaga!

Bakit nawawala sa akin ang mga mahal ko?

Nagmukmok ako sa isang tabi. Pinabayan muna ako ng aking mga kasamang magluksa. Kahit pilit na pinipigilan ko ang aking pagluha, namamalayan ko na lang na tumutulo na naman ito. Hindi ko maiwasang ibalik sa isipan ang mga masasayang pangyayari sa amin ni Layla, lalong-lalo noong sagutin niya ako sa araw ng aking pag-alis papunta sa aking first mission. Napapangiti ako ngunit may bahid iyon ng kalungkutan.

Hinubad ko mula sa aking leeg ang kanyang kuwentas at sandali muna itong pinagmasdan. Niyakap ko ito. "Ang daya mo. Ang daya-daya! Hindi pa nga tayo nangako ng 'til death do us part, tapos ngayon, iniwan mo na ako. Unfair mo. Sinasaktan mo na lang ako palagi, Layla. Ang sakit naman nito! Kaya ko bang mabuhay na wala ka?"

Ang sakit-sakit talaga! Halos hindi na maubos ang aking mga luha.

Walang gabi na hindi nababasa ng luha ang aking unan. Binubuhay ko siya sa aking panaginip ngunit sa aking paggising, kailangan kong tanggapin ang masakit na katotohanan na wala na siya. . . na hindi na matutuloy kahit kailan ang aming kasal. Hirap tanggapin!

"Hindi pa nga kita asawa, ginawa mo na akong biyudo."

Ang hirap talagang naka-recover!

I'M a soldier. Tinatawag din ng iba na frontliner. Kahit durog pa ang aking puso, kailangan kong gampanan ang aking tungkulin sa bayan.

Palagi kong inaalala ang bilin ni Mama. Sabi niya, palagi ko raw gawin ang tama lalong-lalo na trabaho ko. Kahit labag pa raw sa kalooban iyon, basta kung ano ang tama, iyon ang piliin kong dapat gawin.

Nangako ako na susundin iyon.

Hindi ko inakalang lalala ang Covid-19 sa Pilipinas. Kung noon pinatutupad lang ang ECQ o Enhanced Community Quarantine, ngayon ay lockdown na. Ibig sabihin, bawal nang lumabas ng bahay ang hindi frontliners.

Nabibilang sa mga frontliners ang mga doctors, nurses, police officers, soldiers, firemen, goverment officials, goods deliverers at marami pang iba.

Mahigpit na pinatutupad sa buong bansa ang lockdown. Katunayan may slogan pa ngang ginawa ang pamahalaan upang paalalahanan ang bawat Pilipino: 'Bawal lumabas ng bahay, nakamamatay!'

Inatasan kami ng gobyerno na i-shot-to-kill ang sinumang hindi frontliners na lalabas ng kanilang bahay. Bumalik na ang marshal law sa Pilipinas sa gitna ng giyera laban sa Covid-19.

Bilang sundalo, hindi ko kayang pumatay ng kapuwa Pilipino. Hindi kaya ng konsensiya ko na patayin ang mga inosente. Pero kailangan kong gampanan ang aking bahagi sa aking bayan. Masakit man sa aking dibdib, kailangan kong barilin ang lalabag sa lockdown kasi iyon ang utos ng nasa taas.

Nasa puso ko ang awa, pero papaano naman ang iba na gusto pang mabuhay at nahawaan ng virus dahil sa mga pasaway na tao? Dapat lang silang mamatay kaysa mas lumala pa ang sitwasiyon at ang lahat ay mas mahirapan sa hinaharap.

Lagi na lang bumabalik sa isipan ko ang bilin ni Mama. 'Gawin mo ang tama, Romnick.'

Malalaman naming frontliner ang isang tao kapag nakasuot ito ng maskara. Iyon ang palatandaan namin upang hindi magkalituhan. Pinagawan kami ng gobyerno ng uniformed masks para sa amin bago pa pinatupad sa buong Pilipinas ang, 'bawal labas bahay.'

Kapag walang maskara o iba ang suot na maskara ng isang tao, wala nang paliwanag pa, tirahin na agad. Siguradong infected na ito at wala na sa tamang pag-iisip kaya lumalabas o pinalabas ng bahay upang patayin na lang.

Once napatay na ang lumabas ng bahay, bubuhusan na lang ng gasolina at sisindihan. Kung saan siya natumba, doon magiging abo ang buo niyang katawan at tatangayin na lang ng hangin ang mga iyon sa kawalan.

Dalawang buwan nang umiiral ang marshal law sa buong Pilipinas. Sa dami ko nang nabaril, tila tumitigas na ang aking puso. Noong una, hindi ko kayang kalabitin ang galilyo ng aking baril, pero naisip ko rin ang kapakanan ng aking pamilya. Kapag hindi ko pinatay ang mga infected, baka mahawaan pa ang iba. O ang isa sa mga mahal ko sa buhay. Hindi ko hahayaan iyon. Nawalan na ako ng Layla, ayaw ko nang may sumunod pa.

Hindi ako papayag! Lalaban ako para sa mga mahal ko. . . para sa bayan at sarili.

Pangarap kong matapos na ang pandemya. Sa totoo lang, ubos na ang aking mga luha. Hindi ko mapigilang umiyak dahil sa lungkot at takot. Nangungulila rin ako sa aking pamilya. Miss na miss ko na sina Mama at bunso.

Kumusta na kaya sila? Nasa mabuti kaya silang kalagayan? Hindi ko masagot ang aking mga katanungang iyon sa aking isipan. Wala kasi aming oras pa upang hawakan ang aming cellphone upang kumustahin sila. Naka-fucos kami sa aming trabaho na bantayan ang buong pagilid sa bawat oras. Nanalangin akong sana nasa mabuting kalagayan lang sila. Sana lang. . .

Lumipas pa ang mga buwan, mas dumami pa ang infected. Hindi na kami nakakatulog at nakakakain ng tama dahil sinisigurado naming walang kahit ni isa mang infected na makalapit sa amin upang hawaan kami ng virus.

Isang hapon, biglang naubos ang aking pag-asa nang makita ko ang isang babae na naglalakad sa gitna ng kalsada. Biglang tumigil ang aking mundo at tumahimik na parang nakabibingi ang buong paligid. Hindi ko matanggap na may babarilin na naman ako ngayon. Isang tao na hindi ko kayang saktan sa buong buhay ko.

Ang babaeng iyon ay may hawak na placard. Nakasulat doon ang mga katagang: I LOVE YOU, ROMNICK.

Dahil sa mga katagang iyon, tahimik na tumulo ang dalawang butil ng luha sa aking mga mata sa loob ng aking maskara. Luha iyon ng magkahalong takot at awa.

"Tirahin mo na, buddy!" utos ng aking kasama.

"Mama ko siya! Hindi ko kaya, pare!"

"Ako na lang!"

"Hindi! Ako na. Ako ang papatay sa kanya!"

Pikit-mata kong tinira sa ulo si Mama. Tulala kong pinagmasdan ang kanyang nakahandusay na katawan mula sa aming tinataguan.

"I love you too, Mama," bulong ko.

Bumalik sa aking isipan ang pangaral niya noon. 'Kahit labag pa sa kalooban mo, basta kung ano ang tama, iyon ang piliin mong gawin.'

Ngayon ay mas malinaw na sa aking ang ibig sabihin no'n.

Mahal ko si Mama, mahal na mahal. Pero kailangan kong gampanan ang trabahong aking sinumpaan para sa kapakanan ng aking bayan. This is my calling, my duty, my call of duty.

Sobra kong dinamdam ang nangyari kay mama. Napapaluha na lang ako sa isang sulok kapag naaalala ko siya. Hindi pa tapos ang aking pagluluksa sa kay Layla, dinagdagan pa ngayon ni Mama. Parang gusto ko nang mabaliw!

Pero hindi pa tapos ang laban! Kailangan kung magpakatatag para kay bunso at sa bansang Pilipinas.

Wakas.

About the Author

Arlan T. Ortega

Siya ay si Arlan T. Ortega. Since 2019 siyang nagsimulang sumali sa mundo ng writing contest. Maraming beses natalo, pero salamat sa Diyos at nananalo rin naman minsan. May mga libro na siyang na-publish. Writer din sa wattpad.

Naniniwala bilang writer na, "Hindi ka manunulat kung hindi mo alam kung saan dapat ilagay ang period."

www.ingramcontent.com/pod-product-compliance
Lightning Source LLC
LaVergne TN
LVHW041928070526
838199LV00051BA/2746